Dr. Jaerock Lee

Ang Diyos na Nagpapagaling

URIM BOOKS

*"[Sinabi ng PANGINOON],
Kung iyong diringgin ng buong tiyaga ang tinig ng PANGINOON mong Diyos,
at iyong gagawin ang matuwid sa Kanyang mga mata,
at iyong susundin ang Kanyang mga utos,
at iyong tutuparin ang lahat ng Kanyang mga batas,
wala akong ilalagay na karamdaman sa iyo,
na gaya ng inilagay Ko sa mga Ehipcio;
sapagkat Ako ang PANGINOON na nagpapagaling sa iyo."
(Exodo 15:26)*

Ang Diyos na Nagpapagaling ni Dr. Jaerock Lee
Inilathala ng Aklat ng mga Urim (Kumakatawan: Kyungtae Noh)
73, Yeouidaebang-ro 22-gil, Dongjak-gu, Seoul, Korea
www.urimbooks.com

Ang lahat ng Karapatan ay nakalaan. Ang aklat na ito o mga bahagi niyaon ay hindi maaaring ipalimbag sa anumang anyo, itago sa ibang mga nakukuhang sistema, o maisalin sa anumang anyo o sa anumang pamamaraan, elektroniks, mekanikal, pagkopya, pagrerecored, o sa makatuwid ng walang paunang sulat pahintulot ng taga-paglathala.

Kung hindi nakatala, lahat ng siniping talata ay nagmula sa Banal na Kasulatan, ANG BAGONG ANG BIBLIA, ⓡ Karapatan ng May-akda © 2001, Philippine Bible Society.

Karapatang sipi © 2017 ni Dr. Jaerock Lee
ISBN: 979-11-263-0306-9 03230
Naisaling Siping May karapatan © 2011 ni Dr. Esther K. Chung, Ginamit nang may pahintulot.

Naunang Nailathala sa Koreano ng Mga Aklat ng Urim noong 1990

Unang Limbag abril 2017

Sinuri ni Dr. Geumsun Vin
Dinesenyo ng Kagawarang Editoryal ng Mga aklat ng Urim
Nailimbag ng Palimbagang Kumpanya ng Prione
Para sa karagdagang impormasyon: urimbook@hotmail.com

Mensahe sa Paglalathala

Habang patuloy na lumalaki at nagiging maunlad ang sibilisasyon, makikita natin ngayon na mayroon nang mas maraming panahon at kakayahan ang mga tao. Naglalaan sila ng oras at pera at pinapahalagahan ang iba't ibang impormasyon tungkol sa kalusugan para maging komportable ang buhay nila.

Gayon pa man, nasa ilalim ng dakilang kapangyarihan ng Diyos ang buhay ng tao, ang pagtanda niya, ang mga karamdaman at ang kamatayan niya, walang magagawa dito ang yaman o ang karunungan niya. At hindi natin maitatanggi ang katotohanan na sa kabila ng mga makabago at sopistikadong tuklas ng siyensiya tungkol sa medisina na nabuo sa loob ng napakahabang panahon sa pamamagitan ng talino ng tao, ang bilang ng mga pasyenteng nagdurusa sa mga karamdamang walang lunas at nakakamatay ay patuloy pa ring dumadami.

Sa kasaysayan ng mundo, hindi na mabilang ang mga taong may iba't ibang pananampalataya at kaalaman – kabilang na dito sina, Buddha at Confucius – subalit hindi nila masagot ang mga tanong tungkol sa pagtanda, karamdaman, at kamatayan. Ang katanungang ito ay may kinalaman sa kasalanan at sa paksa o usapin tungkol sa kaligtasan ng sangkatauhan na hindi maaaring lutasin ng tao.

Marami na ang mga ospital at mga parmasya na madaling puntahan ngayon at tila handang-handang tumulong sa lipunan natin para makaiwas tayo sa mga karamdaman at tunay na maging malusog. Gayon pa man, ang mga katawan natin at ang mundo ay punong-puno pa rin ng iba't ibang uri ng mga sakit, mula sa karaniwang trangkaso patungo sa mga karamdamang hindi matukoy ang pinanggalingan at walang lunas. Madaling isisi ng mga tao ang ganitong situwasyon sa pagbabago ng klima at kapaligiran o kaya ay tinatanggap na lang nila na ito ay isang natural na pangyayari ayon sa daloy ng panahon at pagbabago sa katawan nila, kaya umaasa na lang sila sa mga medisina at sa pamamaraan ng teknolohiya.

Para gumaling at maging malusog, kinakailangan ng bawa't isa sa atin na maunawaan kung saan nagmumula ang mga karamdamang ito at kung papaano tayo gagaling. Ang ebanghelyo at ang katotohanan ay palaging may dalawang panig: sumpa at kaparusahan ang nakalaan sa mga taong hindi tatanggap nito, habang pagpapala at buhay ang naghihintay sa mga taong tatanggap dito. Kalooban ng Diyos na ang katotohanan ay maikubli sa mga taong tulad ng mga Fariseo at mga guro ng kautusan, na nagsasabing marurunong at matatalino sila; kalooban din ng Diyos na maihayag ang katotohanan sa mga tulad ng mga sanggol, nagnanais nito, at bukas ang puso para dito (Lucas 10:21).

Malinaw na nangako ang Diyos na bibigyan Niya ng biyaya ang mga susunod at mamumuhay ayon sa mga Kautusan Niya, at itinala din Niya ng detalyado ang sumpa at ang lahat ng uri ng karamdaman na maaaring magpahirap sa mga susuway (Deuteronomio 28:1-68).

Sa pamamagitan ng pagpapaalala ng Salita ng Diyos sa mga hindi mananampalataya at maging sa mga mananampalataya na nakakalimot na nito, hangarin ng librong ito na madala ang bawat isa sa tamang daan patungo sa kalayaan mula sa mga sakit at mga karamdaman.

Habang pinapakinggan ninyo, binabasa, inuunawa at isinasabuhay ang Salita ng Diyos, at sa pamamagitan ng kapangyarihan ng Diyos ng kaligtasan at paggaling, gumaling sana kayo sa karamdaman at sa mga sakit, malala man o hindi, at sana ang kalusugan ay manatili sa inyo at sa pamilya ninyo, sa pangalan ng Panginoon, idinadalangin ko!

Jaerock Lee

Nilalaman

Ang Diyos na Nagpapagaling

Mensahe sa Paglalathala

Kabanata 1
Ang Dahilan ng Karamdaman at Ang Sinag ng Pagpapagaling   1

Kabanata 2
Ibig Mo Bang Gumaling?   15

Kabanata 3
Ang Diyos na Nagpapagaling   35

Kabanata 4
Sa mga Latay Niya, Gumaling Tayo   49

Kabanata 5
Kapangyarihang Magpagaling ng mga Kahinaan   67

Kabanata 6
Mga Paraan ng Pagpapagaling sa Sinasapian ng Demonyo   81

Kabanata 7
Ang Pananampalataya at Pagsunod ni Naaman   101

Kabanata 1

Ang Dahilan ng Karamdaman at Ang Sinag ng Pagpapagaling

Ngunit sa inyo na natatakot
sa Aking pangalan ay sisikat ang araw ng katuwiran,
na may pagpapagaling sa kanyang mga pakpak.
Kayo'y lalabas at luluksong parang
mga guya mula sa silungan.

Malakias 4:2

1. Ang Dahilan ng Karamdaman

Dahil sa paghahangad ng mga tao ng masaya at malusog na pangangatawan habang nandito sila sa lupa, kumakain sila ng lahat ng uri ng pagkain na sinasabing makakatulong sa kalusugan nila. Pinag-uukulan nila ito ng atensiyon at humahanap pa sila ng mga sikretong pamamaraan para manatiling malusog. Gayon pa man, sa kabila ng maunlad na teknolohiya ng sibilisasyon at siyensiya, ang pagdurusa sa mga hindi nagagamot na karamdaman ay hindi mapigilan.

Maaari bang maging ligtas ang tao sa matinding paghihirap na dala ng karamdaman habang nandito pa siya sa lupa?

Sinisisi ng karamihan ang lagay ng panahon at kapaligiran sa pagkakaroon ng karamdaman o kaya'y inuunawa na lang na ang mga karamdaman ay natural lang na nangyayari o bahagi na ng likas na pangangatawan ng tao, at umaasa na lang sa medikasyon at teknolohiya. Gayon pa man, kapag natukoy ang pinagmumulan ng lahat ng uri ng sakit at karamdaman, kahit na sino ay maaaring makalaya mula dito.

Ang Biblia ay nagbibigay sa atin ng mga pangunahing paraan kung paano mabubuhay ang isang tao na malaya mula sa karamdaman at, kahit siya ay may sakit na, maari siyang gumaling:

[Sinabi ng PANGINOON], "Kung iyong diringgin ng buong tiyaga ang tinig ng PANGINOON mong Diyos, at iyong gagawin ang matuwid sa Kanyang

> *mga mata, at iyong susundin ang Kanyang mga utos, at iyong tutuparin ang lahat ng Kanyang mga batas, wala akong ilalagay na karamdaman sa iyo, na gaya ng inilagay Ko sa mga Ehipcio; sapagkat Ako ang PANGINOON na nagpapagaling sa iyo"* (Exodo 15:26).

Ito ang tapat na Salita ng Diyos, na humahawak ng buhay, kamatayan, sumpa at biyaya, na personal na ibinigay sa atin.

Kung gayon, ano ang karamdaman at bakit naaapektuhan nito ang tao? Sa medisina ang "karamdaman" ay tumutukoy sa lahat ng uri ng kapansanan sa iba't ibang bahagi ng katawan ng tao – ang kakaiba at hindi normal na kundisyon ng kalusugan – at kalimitan ay nabubuo at kumakalat dahil sa mga bakterya. Ibig sabihin, ang karamdaman ay abnormal na kundisyon ng katawan dahil sa isang sakit na may dalang lason, mikrobyo o bakterya.

Inilalarawan sa Exodo 9:8-9 ang proseso kung paano dinala sa buong Ehipto ang salot na pigsa:

> *Sinabi ng PANGINOON kay Moises at kay Aaron, "Dumakot kayo ng isang dakot na abo sa hurno, at isaboy ito ni Moises sa himpapawid sa paningin ni Faraon. Ito'y magiging pinong alabok sa buong lupain ng Ehipto, at magiging pigsang susugat sa tao, at sa hayop sa buong lupain ng Ehipto."*

Sa Exodo 11:4-7, mababasa natin na binigyang-tangi ng Diyos ang mga Israelita kumpara sa mga taga-Ehipto. Dahil sinasamba ng mga Israelita ang Diyos, walang anumang salot na dumating sa kanila, habang sa mga taga-Ehipto na hindi sumasamba sa Diyos at hindi namumuhay ayon sa kalooban Niya, nagkaroon ng salot sa kanilang mga panganay na anak.

Sa pamamagitan ng Biblia, malalaman natin na nasa ilalim ng kapangyarihan ng Diyos kahit ang mga karamdaman, na pinoprotektahan Niya ang sinumang kumikilala sa Pangalan Niya sa anumang karamdaman, at ang mga karamdamang iyon ay darating sa mga makasalanan dahil tatalikuran Niya ang mga taong ito.

Kung gayon, bakit may mga dumaranas pa rin ng karamdaman? Nangangahulugan ba ito na gumawa din ng mga karamdaman ang Diyos na Manlilikha kasabay ng iba pang nilalang Niya upang mabuhay ang tao sa panganib ng karamdaman? Ang Diyos na Manlilikha ang lumalang sa tao at namamahala sa lahat ng bagay sa sansinukob nang may kabutihan, katuwiran, at pag-ibig.

Pagkatapos likhain ang pinakamagandang kapaligiran na angkop para sa tao (Genesis 1:3-25), nilikha ng Diyos ang tao ayon sa wangis Niya, binasbasan sila, at binigyan ng kalayaan at kapangyarihang mamahala.

Sa paglipas ng panahon, malayang tinamasa ng tao ang mga biyaya mula sa Diyos habang sumusunod sila sa mga utos Niya, at nanirahan sa Halamanan ng Eden na walang pagluha, kalungkutan, pagdurusa at karamdaman. Nang makita ng Diyos na mabuti ang lahat ng nilikha Niya (Genesis 1:31), nagbigay Siya ng isang utos: *"Malaya kang makakakain mula sa lahat ng punungkahoy sa halamanan, subalit mula sa punungkahoy ng pagkilala ng mabuti at masama ay huwag kang kakain; sapagkat sa araw na ikaw ay kumain niyon ay tiyak na mamamatay ka"* (Genesis 2:16-17).

Ngunit, nang makita ng mapanlinlang na ahas na hindi pinanatili ng tao ang utos ng Diyos sa isipan nila at binalewala pa ito, tinukso ng ahas si Eva, ang asawa ng unang lalaking nilikha. Nang kainin nina Adan at Eva ang bunga mula sa punungkahoy ng pagkilala ng mabuti at masama at nagkasala (Genesis 3:1-6), pumasok ang kamatayan sa sangkatauhan gaya ng babala ng Diyos (Mga Taga-Roma 6:23).

Nang magkasala dahil sa pagsuway at humarap sa kamatayan bilang kabayaran, ang espiritu na nasa tao – na siyang patnugot niya – ay namatay at ang ugnayan ng tao at ng Diyos ay naputol. Pinalayas sila sa Halamanan ng Eden at namuhay ng may pagluha, kalungkutan, pagdurusa, karamdaman at kamatayan. Dahil lahat ng bagay sa lupa ay isinumpa, ito ay nagbunga ng mga tinik at dawag at makakakain lang sila kung kikilos sila at magsisikap (Genesis 3:16-19).

Kaya, ang tunay na dahilan ng karamdaman ay ang orihinal na kasalanan dahil sa pagsuway ni Adan. Kung hindi sumuway sa Diyos si Adan, hindi sana siya pinalayas sa Halamanan ng Eden at nagpatuloy sa malusog na buhay sa lahat ng oras. Sa madaling sabi, dahil sa kasalanan ng isang tao ang lahat ng tao ay naging makasalanan at namuhay sa panganib at pagdurusa sa lahat ng uri ng karamdaman. Kung hindi malulutas ang problema ng kasalanan, wala ni isa man ang masasabing matuwid sa paningin ng Diyos sa pamamagitan ng pagsunod sa kautusan (Mga Taga-Roma 3:20).

2. Ang Sinag ng Katuwiran na May Pagpapagaling sa Kanyang mga Pakpak

Sinasabi sa atin sa Malakias 4:2, *"Ngunit sa inyo na natatakot sa Aking pangalan ay sisikat ang araw ng katuwiran, na may pagpapagaling sa kanyang mga pakpak. Kayo'y lalabas at luluksong parang mga guya mula sa silungan."* Dito ang 'araw ng katuwiran' ay tumutukoy sa Mesyas.

Naawa ang Diyos sa sangkatauhan na nasa daan ng pagkawasak at pagdurusa sa karamdaman kaya tinubos tayo sa lahat ng kasalanan sa pamamagitan ni Jesu-Cristo na inihanda Niya, at pinahintulutang maipako Siya sa krus at lahat ng dugo Niya ay dumanak. Kaya nga, ang sinumang tumanggap kay Jesu-Cristo, ay tumanggap ng kapatawaran mula sa mga kasalanan niya, at nagkaroon ng kaligtasan, at siya ngayon ay malaya na mula sa karamdaman at maaring maging malusog. Dahil sa sumpa sa lahat ng bagay, namumuhay ang tao sa panganib ng karamdaman habang siya ay nabubuhay, ngunit dahil sa pag-ibig at pagpapala ng Diyos, nabuksan ang daan patungo sa kalayaan mula sa karamdaman.

Kung lalabanan ng mga anak ng Diyos ang kasalanan hanggang sa humantong sa pagdanak ng dugo nila (Sa Mga Hebreo 12:4) at mabubuhay ayon sa Salita Niya, poprotektahan sila ng Diyos na may mga matang tulad ng ningas ng apoy at ikukubli sila sa maalab na pader ng Banal na Espiritu upang hindi makapasok sa mga katawan nila ang lason sa hangin. Kahit magkasakit ang isang tao, kung hihingi siya ng tawad at tatalikuran ang mga kasalanan niya, susunugin ng Diyos ang karamdaman at papagalingin ang mga apektadong bahagi ng katawan niya. Ito ang pagpapagaling ng 'araw ng katuwiran'.

Ang modernong medisina ay nakabuo ng 'ultraviolet therapy', na ginagamit ng karamihan ngayon upang maiwasan at malunasan ang iba't ibang uri ng karamdaman. Ang 'ultraviolet rays' ay napakabisang panlaban sa impeksyon at nagdadala ng pagbabago sa katawan ng tao. Ang paraang ito ay nakakatanggal ng 99% ng colon bacilli, dipterya, at dysentery bacilli, at epektibo rin sa tuberkulosis, rickets, anemya, rayuma at mga sakit sa balat. Gayon pa man, ang panggagamot mula sa tulong ng makapangyarihang 'ultraviolet therapy', ay hindi maaaring gamitin sa lahat ng uri ng karamdaman.

Tanging 'ang araw ng katuwiran na may pagpapagaling sa kanyang mga pakpak' na naisulat sa Biblia ang sinag ng kapangyarihan na makakapagpagaling ng lahat ng karamdaman. Ang sinag ng katuwiran ay maaaring magamit upang pagalingin ang lahat ng uri ng karamdaman at dahil ito ay para sa lahat ng tao, ang paraan ng Diyos sa pagpapagaling ay napakasimple ngunit kumpleto, at sadyang pinakamahusay.

Halos hindi pa nagtatagal pagkatapos itatag ang aking iglesya, dinala sa akin na naka-stretcher ang isang pasyenteng malapit nang mamatay at nagdurusa sa kanyang karamdamang paralysis at cancer. Hindi na siya makapagsalita dahil ang dila niya ay naninigas na at hindi na maigalaw ang buong katawan niya dahil ito ay paralisado na. Dahil sumuko na ang mga doktor, hinimok ng asawa ng pasyente, na naniniwala sa kapangyarihan ng Diyos, na isuko na ang lahat sa Kanya. Noong mapagtanto niya na ang tanging makakapagpanumbalik sa buhay niya ay ang pagkapit at pagsusumamo sa Diyos, sinubukan ng pasyenteng sumamba kahit na nakaratay siya at ang asawa niya ay maalab na nagsumamo na may pananampalataya at pag-ibig. Nang makita ko ang pananampalataya ng dalawa, nanalangin din ako ng taimtim para sa lalaki. Pinapahirapan niya dati ang asawa niya dahil sa pagtitiwala nito kay Jesus. Pero, nagsisi at humingi siya ng tawad sa mga kasalanan niya. Kaya ipinadala ng Diyos ang sinag ng pagpapagaling, pinaso ang katawan ng lalaki ng apoy ng Banal na Espiritu at nilinis ang katawan niya. Hallelujah! Pagkatapos sunugin ang dahilan ng karamdaman, unti-unting nakalakad at nakatakbo ang lalaki at gumaling. Hindi na kailangan pang sabihin kung paano at kung gaano niluwalhati ng mga miyembro ng Manmin ang Diyos. Buong galak silang nakadanas ng ganitong kamangha-manghang gawa ng pagpapagaling Niya.

3. Para sa Inyo na Sumasamba sa Pangalan Ko

Ang ating Diyos ay isang makapangyarihang Diyos na lumikha ng lahat ng bagay sa sansinukob sa pamamagitan ng Salita Niya at nilikha ang tao mula sa alabok. Dahil naging Ama natin ang Diyos na ito, kahit magkaroon tayo ng karamdaman, kung aasa tayo ng lubos sa Kanya na may pananampalataya, makikita Niya at papahalagahan ang pananampalataya natin at buong kagalakang papagalingin tayo. Walang masama kung magpapagamot tayo sa ospital, ngunit nalulugod ang Diyos sa mga anak Niyang naniniwala sa walang hanggang karunungan at walang hanggang kapangyarihan Niya at maalab na tumatawag sa Kanya, gagaling at luluwalhatiin Siya.

Mababasa sa 2 Mga Hari 20:1-11 ang kuwento ni Hezekias, hari ng Juda, na nagkaroon ng karamdaman nang pasukin ng Asiria ang kaharian niya, ngunit lubos siyang gumaling pagkatapos niyang manalangin ng tatlong araw sa Diyos at humaba pa ng labinlimang taon ang buhay niya.

Sa pamamagitan ni Propeta Isaias, sinabi ng Diyos kay Hezekias na, *"Ayusin mo ang iyong sambahayan; sapagkat ikaw ay mamamatay na, hindi ka na mabubuhay"* (2 Mga Hari 20:1; Isaias 38:1). Sa madaling salita, si Hezekias ay hinatulan na ng kamatayan at pinaghahanda na siya para dito at para ayusin na niya ang kapakanan ng kaharian at pamilya niya. Subalit, si Hezekias ay agad humarap sa dingding at nanalangin sa PANGINOON (2 Mga Hari 20:2). Napagtanto ng hari na ang karamdaman niya ay nanggaling sa relasyon niya sa Diyos, iniwan ni Hezekias ang lahat ng bagay at nanalangin.

Habang nananalangin si Hezekias sa Diyos nang taimtim at may pagluha, sinabi at nangako ang Diyos sa hari, *"Aking narinig ang iyong panalangin, Aking nakita ang iyong mga luha; narito, Aking daragdagan ng labinlimang taon ang iyong buhay. At Aking ililigtas ka at ang lungsod na ito sa kamay ng hari ng Asiria, at ipagtatanggol Ko ang lungsod na ito"* (Isaias 38:5-6). Maaari nating isipin na napakaseryoso at maalab ang pananalangin ni Hezekias kaya sinabi sa kanya ng Diyos, "Narinig Ko ang iyong panalangin at nakita ang iyong mga luha."

Ganap na pinagaling ng Diyos si Hezekias na sumagot sa hiling niya upang makapunta siya sa templo ng Diyos sa loob ng tatlong araw. At saka, dinagdagan ng Diyos ang buhay ni Hezekias ng labinlimang taon at habang nabubuhay siya, pinanatili Niyang ligtas ang Jerusalem mula sa banta ng Asiria.

Batid ni Hezekias na nasa ilalim ng kapangyarihan ng Diyos ang buhay at kamatayan, pinakamahalaga sa kanya ang pananalangin sa Diyos. Nalugod ang Diyos sa mapagpakumbabang puso at pananampalataya ni Hezekias, kaya gumaling siya, at nang humingi siya ng tanda sa paggaling niya, pinabalik ng Diyos ang anino ng sampung hakbang sa orasang-araw ni Ahaz (2 Mga Hari 20:11). Ang ating Diyos ay Diyos na nagpapagaling at napakamaalalahaning Ama na nagbibigay sa mga humihiling.

Kabaliktaran nito ang mababasa natin sa 2 Mga Cronica 16:12-13, *"Nang ikatatlumpu't siyam na taon ng kanyang paghahari, si Asa ay nagkaroon ng karamdaman sa kanyang mga paa; ang kanyang sakit ay naging malubha. Gayunman, maging sa kanyang pagkakasakit ay hindi niya hinanap ang PANGINOON, kundi humingi ng tulong sa mga manggagamot. Si Asa ay natulog na kasama ng kanyang mga ninuno, at namatay sa ikaapatnapu't isang taon ng kanyang paghahari."* Noong simula ng paghahari niya, *"Ginawa ni Asa ang matuwid sa mga mata ng PANGINOON, gaya ng ginawa ni David na kanyang ama"* (1 Mga Hari 15:11). Naging matalinong pinuno siya ngunit unti-unting nawala ang pagtitiwala niya sa Diyos at nagsimulang magtiwala sa tao, hindi niya tinanggap ang tulong ng Diyos.

Noong salakayin ni Baasha, hari ng Israel, ang Juda, si Asa ay nagtiwala kay Ben-hadad, hari ng Aram, at hindi sa Diyos. Dahil dito pinagsabihan siya ng propetang si Hanani, ngunit hindi pa rin siya nagbago, sa halip, ipinakulong niya ito at pinahirapan ang mga kababayan niya (2 Mga Cronica 16:7-10).

Bago magtiwala si Asa sa hari ng Aram, hinadlangan ng Diyos ang mga sundalo ni Aram upang hindi nila mapasok ang bayan ng Juda. Mula nang nagtiwala si Asa sa hari ng Aram sa halip na sa Diyos, hindi na siya tumanggap ng tulong mula sa Kanya. At saka, hindi na Siya nalugod kay Asa nang humingi siya ng tulong sa mga manggagamot sa halip na sa Kanya. Kaya namatay si Asa pagkatapos ng dalawang taong paghihirap sa karamdaman niya sa mga paa niya. Hindi nakita sa mga gawa ni Asa na nananalig siya sa Diyos. Nakaligtaan niyang tumawag sa Kanya kaya ang makapangyarihang Diyos ay walang magagawa para sa kanya.

Ang sinag ng pagpapagaling mula sa ating Diyos ay maaaring makapagpagaling ng kahit anong uri ng karamdaman kaya ang mga paralitiko ay nakakalakad, ang bulag ay nakakakita, ang bingi ay nakakarinig, at ang mga patay ay muling nabubuhay. Kaya, dahil ang Diyos na Nagpapagaling ay mayroong walang hanggang kapangyarihan, ang kalubhaan ng karamdaman ay hindi mahalaga. Mula sa simpleng karamdaman tulad ng sipon hanggang sa kritikal tulad ng kanser, para sa Diyos na Nagpapagaling, ito ay pare-pareho lang. Ang pinaka mahalaga ay ang uri ng puso na ilalapit natin sa Diyos. Kung katulad ito ng puso ni Asa o ng kay Hezekias.

Tanggapin sana ninyo si Jesu-Cristo at ang sagot sa problemang kasalanan. Ituring sana kayong banal sa pananampalataya, magbigay lugod sa Diyos nang may mapagpakumbabang puso at magkaroon ng pananampalatayang may kalakip na gawa tulad ni Hezekias. Gumaling sana kayo sa kahit anong uri at lahat ng karamdaman at palaging magkaroon ng magandang kalusugan, sa pangalan ng ating Panginoon, idinadalangin ko!

Kabanata 2

Ibig Mo Bang Gumaling?

Naroon ang isang lalaki
na may tatlumpu't walong taon nang may sakit.
Nang makita ni Jesus na siya'y nakahiga
at nalamang siya'y matagal nang may sakit,
ay sinabi Niya sa kanya,
"Ibig mo bang gumaling?"

Juan 5:5-6

1. Ibig Mo Bang Gumaling?

Hinahanap at lumalapit sa Diyos ang iba't ibang klaseng tao na hindi pa nakakakilala sa Kanya. Ang iba ay lumalapit sa Kanya dahil sinusunod ang mabuting konsiyensya nila at nakilala naman Siya ng iba dahil narinig ang ebanghelyo. Nakakikilala sa Diyos ang iba pagkatapos mawalan ng gana sa buhay dahil sa naluging negosyo o dahil sa pag-aaway-away ng pamilya. Ang iba ay lumalapit sa Kanya dala ng pangangailangan dahil sa matinding sakit sa katawan at takot sa kamatayan.

Upang lubos ninyong ipagkatiwala sa Diyos ang lahat ng karamdaman ninyo para gumaling, dapat ninyong hangarin ang paggaling nang higit sa lahat, tulad ng ginawa ng lalaking lumpo na nagdusa sa sakit sa loob ng tatlumpu't walong taon at naghintay sa tabi ng ipunan ng tubig na tinawag na Bet-zatha.

Sa Jerusalem malapit sa Pintuan ng mga Tupa may ipunan ng tubig na tinatawag na "Bet-zatha" sa wikang Hebreo. Ito ay napapaligiran ng limang haligi kung saan nakahiga at nagtitipon ang bulag, pilay, at mga lumpo dahil naniniwala sila sa kuwento na paminsan-minsan isang anghel ng Diyos ang lumulusong doon at kinakalawkaw ang tubig. At paniniwala rin na ang unang lumusong sa ipunan ng tubig na ang kahulugan ng pangalan ay "Ang Tahanan ng Awa" pagkatapos makalawkaw, ay gagaling sa kahit na anong karamdaman niya.

Nang makita ni Jesus ang lumpong lalaking may sakit sa loob ng tatlumpu't walong taon sa tabi ng ipunan ng tubig, at batid na Niya kung gaano katagal nang nagdurusa ito, tinanong siya ni Jesus, "Ibig mo bang gumaling?" sumagot ang lalaki, *"Ginoo, walang taong maglusong sa akin sa tipunan ng tubig kapag kinakalawkaw ang tubig; at samantalang ako'y lumalapit ay nakalusong na muna ang iba bago ako"* (Juan 5:7). Sa pamamagitan nito, inamin ng lalaki sa Diyos na kahit gaano pa siya nagnais na gumaling, hindi niya magawang mag-isa. Nakita ng ating Panginoon ang kalooban ng lalaki, at sinabi sa Kanya, *"Bumangon ka, buhatin mo ang iyong higaan at lumakad ka,"* at kaagad gumaling ang lalaki: binuhat ang kanyang higaan at lumakad (Juan 5:8).

2. Dapat Mong Tanggapin si Jesu-Cristo

Nang makilala si Jesus ng lalaking tatlumpu't walong taon nang lumpo, gumaling siya agad. At nang manampalataya siya kay Jesu-Cristo, ang bukal ng tunay buhay, pinatawad ang lalaki sa lahat ng kasalanan niya at gumaling sa karamdaman niya.

Mayroon ba sa inyong nagdadalamhati dahil sa karamdaman? Kung nagdurusa kayo sa karamdaman at nagnanais na gumaling, dapat muna ninyong tanggapin si Jesu-Cristo, maging anak ng Diyos, at mapatawad upang maalis ang hadlang sa pagitan ninyo at ng Diyos. Kailangan ninyong maniwala na mayroong walang hanggang kapangyarihan at karunungan ang Diyos, nakakagawa Siya ng mga himala. Kailangan rin ninyong maniwala na tinubos tayo mula sa mga karamdaman natin sa pagpapahirap kay Jesus at kung hihilingin ninyo sa pangalan ni Jesu-Cristo, gagaling kayo.

Kung hihiling tayo na may ganitong uri ng pananampalataya, papakinggan ng Diyos ang panalangin natin at ipapakita ang pagpapagaling. Kahit matagal na o kritikal ang karamdaman ninyo, isuko lang ninyo ang lahat ng ito sa Diyos, at isa-isip na sa isang saglit lang ay lalakas na kayong muli kapag pinagaling kayo ng Diyos na makapangyarihan.

Nang marinig ng lumpo sa Marcos 2:3-12 na nasa Capernaum si Jesus, gusto niyang lumapit sa Kanya. Nang marinig niya ang balita na si Jesus ay nagpapagaling ng sari-saring karamdaman, nagpapalayas ng masasamang espiritu, at nagpapagaling ng mga may ketong, inisip ng lumpo na kung maniniwala siya, gagaling rin siya. Nang makita niya na hindi siya maaring makalapit kay Jesus dahil sa dami ng tao na nakapaligid sa Kanya, sa tulong ng mga kaibigan niya, binutas nila ang bubungan ng bahay kung saan naroon si Jesus at ang hinihigaan niya ay ibinaba sa harapan ni Jesus.

Maiisip ba ninyo kung gaano ang pagnanais ng lumpo na makalapit kay Jesus na umabot pa sa paggawa ng ganito? Ano kaya ang naging reaksyon ni Jesus nang ipakita ng lumpo, na hindi makapagpalipat-lipat ng lugar at hindi makagalaw dahil sa dami ng tao, ang pananampalataya at dedikasyon niya sa tulong ng mga kaibigan niya? Hindi nagalit si Jesus sa lalaki dahil sa ginawa niya, sa halip, sinabi sa kanya, "Anak, pinapatawad na ang iyong mga kasalanan," at pinatayo siya at pinalakad sa oras ding iyon.

Sa Mga Kawikaan 8:17 sinasabi sa atin ng Diyos, *"Iniibig ko silang sa akin ay umiibig, at Ako'y natatagpuan ng humahanap sa Aking masigasig."* Kung gusto ninyong maging malaya sa dalamhati ng karamdaman, dapat kayong maghangad na gumaling, magtiwala sa kapangyarihan ng Diyos na kayang lumutas ng problema ng karamdaman, at tanggapin si Jesu-Cristo.

3. Dapat Mong Buwagin ang Pader ng Kasalanan

Kahit gaano pa ang paniniwala ninyo na maaari kayong gumaling sa kapangyarihan ng Diyos, hindi Siya makakakilos kung may pader ng kasalanan sa pagitan ninyo at ng Diyos. Kaya, sa Isaias 1:15-17, sinasabi sa atin ng Diyos, *"Kapag inyong iniunat ang inyong mga kamay, ikukubli Ko ang Aking mga mata sa inyo; kahit na marami ang inyong panalangin, hindi Ako makikinig; ang inyong mga kamay ay puno ng dugo. Maghugas kayo ng inyong sarili, maglinis kayo; alisin ninyo ang kasamaan ng inyong mga gawa sa aking paningin; tumigil kayo sa paggawa ng kasamaan, matuto kayong gumawa ng mabuti; inyong hanapin ang katarungan, inyong ituwid ang paniniil; inyong ipagtanggol ang mga ulila, ipaglaban ninyo ang babaing balo,"* at pagkatapos sa talatang 18, ipinangako Niyang, *"Pumarito kayo ngayon, at tayo'y mangatuwiran sa isa't isa, sabi ng PANGINOON: bagaman ang inyong mga kasalanan ay tulad ng matingkad na pula, ang mga ito'y magiging mapuputi na parang niyebe; bagaman ito'y mapulang-mapula, ang mga ito'y magiging parang balahibo ng tupa."*

Mababasa rin natin ang mga sumusunod sa Isaias 59:1-3,

Narito ang kamay ng PANGINOON ay hindi maikli na di makapagligtas; ni hindi mahina ang Kanyang pandinig, na ito'y di makarinig. Ngunit pinaghiwalay ng inyong mga kasamaan kayo at ang inyong Diyos, at ang inyong mga kasalanan ay siyang nagkubli ng Kanyang mukha sa inyo, anupa't siya'y hindi nakikinig. Sapagkat ang inyong mga kamay ay nadungisan ng dugo, at ang inyong mga daliri ng kasamaan; ang inyong mga labi ay nagsalita ng mga kasinungalingan, ang inyong dila ay nagsalita ng kasamaan.

Hindi batid ng mga taong hindi pa kilala ang Diyos at hindi pa tumatanggap kay Jesu-Cristo, at namumuhay sa sariling kusa na sila ay makasalanan. Subalit kung tatangginin nila si Jesu-Cristo bilang Tagapagligtas nila at tatanggapin ang Banal na Espiritu bilang handog, susumbatan ng Banal na Espiritu ang sanlibutan tungkol sa kasalanan, sa katuwiran at sa kahatulan, kaya tatanggapin at aaminin nila na sila ay makasalanan (Juan 16:8-11).

Gayon pa man, mayroong mga pagkakataon na hindi detalyado ang kaalaman ng tao tungkol sa kasalanan, kaya hindi magawang iwaksi ang kasalanan at kasamaan nila at hindi makatanggap ng kasagutan mula sa Diyos, kailangan muna nilang malaman kung ano ang kasalanan sa mga mata Niya. Dahil ang lahat ng karamdaman ay nagmumula sa kasalanan, tanging ang pagsuri ninyo sa sarili ninyo at pagbuwag sa pader ng kasalanan ang paraan upang makaranas kayo ng mabilis na paggaling.

Tingnan natin kung ano ang sinasabi sa Biblia tungkol sa

kasalanan at kung paano natin bubuwagin ang pader ng kasalanan.

1) Dapat ninyong pagsisihan na hindi kayo naniwala sa Diyos at hindi ninyo tinanggap si Jesu-Cristo.

Sinasabi sa atin sa Biblia na ang hindi natin paniniwala sa Diyos at hindi pagtanggap kay Jesu-Cristo bilang Tagapagligtas natin ay kasalanan (Juan 16:9). Sinasabi ng maraming taong hindi mananampalataya na maayos ang buhay nila ngunit hindi tama ang pagkakilala ng mga taong ito sa kanilang mga sarili dahil hindi nila batid ang Salita ng Katotohanan – ang liwanag ng Diyos – at walang kakayahang kilalanin ang tama at mali.

Kapag susuriin natin ang buhay ng isang taong nagsasabi na mabuti siya batay sa katotohanan – ang Salita ng Dakilang Diyos na lumikha ng lahat ng bagay sa sansinukob at may kapangyarihan sa buhay, kamatayan, sumpa, at biyaya – maraming mga kasalanan at kasinungalingan ang malalantad. Kaya sinasabi sa atin ng Biblia, *"Walang matuwid, wala, wala kahit isa"* (Mga Taga-Roma 3:10), at *"Sapagkat sa pamamagitan ng mga gawa ng kautusan, ay 'walang tao na ituturing na ganap sa paningin Niya,' sapagkat sa pamamagitan ng kautusan ay ang pagkilala ng kasalanan"* (Mga Taga-Roma 3:20).

Kapag tinanggap ninyo si Jesu-Cristo at naging anak kayo ng Diyos pagkatapos ninyong magsisi sa hindi pagtitiwala sa Diyos at hindi pagtanggap kay Jesu-Cristo, ang makapangyarihang Diyos ay magiging Ama ninyo, at malulunasan ang kahit anong karamdaman ninyo.

2) Dapat ninyong pagsisihan na hindi ninyo minahal ang kapwa ninyo.

Sinasabi sa atin sa Biblia, *"Mga minamahal, kung tayo'y iniibig ng Diyos ng gayon, nararapat na mag-ibigan din naman tayo sa isa't isa"* (1 Juan 4:11). Nagpapaalala ito sa atin na ibigin natin ang mga kaaway natin (Mateo 5:44). Pagsuway sa Salita ng Diyos kung may galit tayo sa kapwa natin at kasalanan ito.

Ipinakita ni Jesus ang pagmamahal Niya sa sangkatauhan na sadlak sa kasalanan at kasamaan sa pamamagitan ng pagkapako sa krus, kaya dapat lang na mahalin natin ang mga magulang, mga anak, at mga kapatid natin. Hindi tama sa paningin ng Diyos na tayo ay magalit at hindi magpatawad dahil sa walang kabuluhang sama ng loob at hindi pagkakaunawaan sa isa't isa.

Sa Mateo 18:23-35, ibinigay sa atin ni Jesus ang talinghagang ito:

> *"Kaya't ang kaharian ng langit ay maihahambing sa isang hari, na nagnais na makipag-ayos sa kanyang mga alipin tungkol sa kanilang utang. Nang pasimulan na niya ang pagkukuwenta, iniharap sa kanya ang isang nagkautang sa kanya ng sampung libong talento (ang isang talento ay katumbas ng higit sa labinlimang taong sahod ng manggagawa). Palibhasa'y wala siyang maibayad, ipinag-utos ng panginoon niya na siya'y ipagbili, pati ang kanyang asawa at mga anak, at ang lahat ng kanyang ari-arian upang sila'y*

makabayad. Dahil dito'y nanikluhod ang alipin, na nagsasabi, 'Panginoon, pagpasensiyahan mo ako, at babayaran kong lahat sa iyo.' Dahil sa habag ng panginoon sa aliping iyon, siya ay pinalaya at pinatawad sa kanyang utang. Ngunit ang alipin ding iyon, sa kanyang paglabas, ay natagpuan ang isa sa kanyang kapwa alipin na nagkautang sa kanya ng isangdaang denario. Sinunggaban niya ito, sinakal, at sinabihan, 'Bayaran mo ang utang mo.' Kaya't nanikluhod ang kanyang kapwa alipin at nakiusap sa kanya na nagsasabi, 'Pagpasensiyahan mo ako, at babayaran kita.' Ngunit ayaw niya. Siya'y umalis at ipinabilanggo ang kapwa alipin hanggang sa mabayaran nito ang utang. Nang makita ng mga kapwa alipin ang nangyari, sila ay labis na nabahala. Umalis sila at isinumbong sa kanilang panginoon ang lahat ng nangyari. Kaya't ipinatawag siya ng kanyang panginoon, at sinabi sa kanya, 'Ikaw na masamang alipin! Ipinatawad ko sa iyo ang lahat ng utang na iyon, sapagkat nakiusap ka sa akin. Hindi ba dapat kang mahabag sa iyong kapwa alipin, kung paanong nahabag ako sa iyo?' At sa galit ng kanyang panginoon, ibinigay siya sa mga tagapagparusa hanggang sa magbayad siya sa lahat ng kanyang utang. Gayundin naman ang gagawin sa bawat isa sa inyo ng Aking Ama na nasa langit kung hindi ninyo taos-pusong patatawarin ang inyong kapatid."

Kahit tinanggap na natin ang kapatawaran at pagpapala ng ating Amang Diyos, hindi ba natin magagawa o tumatanggi ba tayong patawarin ang mga kamalian at kapintasan ng kapwa natin, at mas pinipiling makipagkompetensiya, makipag-away, magdamdam, at magpagalit sa isa't isa?

Sinasabi sa atin ng Diyos, *"Ang sinumang napopoot sa kanyang kapatid ay isang mamamatay-tao, at nalalaman ninyong ang buhay na walang hanggan ay hindi nananatili sa sinumang mamamatay-tao"* (1 Juan 3:15), *"Gayundin naman ang gagawin sa bawat isa sa inyo ng Aking Ama na nasa langit kung hindi ninyo taos-pusong patatawarin ang inyong kapatid"* (Mateo 18:35), at hinihimok tayong huwag, *"... magbulong-bulungan laban sa isa't isa, upang huwag kayong mahatulan. Tingnan ninyo, ang Hukom ay nakatayo sa harapan ng mga pintuan"* (Santiago 5:9).

Kailangan nating malaman na kung hindi natin mahal ang kapwa natin at sa halip ay may galit tayo sa kanila, nagkakasala tayo. Dahil dito hindi tayo mapupuspos ng Banal na Espiritu, sa halip ay magkakasakit tayo. Kaya, kahit galit sa atin at binibigo tayo ng kapwa natin, huwag natin silang gantihan sa halip ay pairalin sa mga puso natin ang katotohanan, pang-unawa, at patawarin sila. Dapat mag-alay ang mga puso natin ng mga panalanging may pag-ibig para sa ganitong mga kapatid. Kung tayo ay nagkakaunawaan, nagpapatawad, at nagmamahalan sa isa't isa sa tulong ng Banal na Espiritu, ipapakita sa atin ng Diyos ang habag at awa Niya at magpapagaling.

3) Dapat ninyong pagsisihan ang panalangin ninyong makasarili.

Nang pagalingin ni Jesus ang isang batang lalaking sinapian ng masamang espiritu, itinanong sa Kanya ng mga alagad Niya, *"Bakit hindi namin iyon napalayas?"* (Marcos 9:28) sumagot si Jesus, *"Ang ganitong uri ay napapalayas lamang sa pamamagitan ng panalangin"* (Marcos 9:29).

Upang lubos na mapagaling, kailangan ding mag-alay ng panalangin at ng pagsusumamo. Ngunit ang panalangin na makasarili ay hindi sasagutin dahil hindi nalulugod ang Diyos sa mga ito, iniutos Niya sa atin, *"Kaya kung kayo man ay kumakain, umiinom, o anuman ang inyong ginagawa, gawin ninyo ang lahat sa ikaluluwalhati ng Diyos"* (1 Mga Taga-Corinto 10:31). Ang layunin ng pag-aaral natin, at pagtamo ng karangalan at kapangyarihan ay para lang sa kaluwalhatian ng Diyos. Mababasa natin sa Santiago 4:2-3, *"Kayo'y naghahangad, at kayo'y wala; kayo'y pumapatay at kayo'y nag-iimbot at kayo'y hindi nagkakamit. Kayo'y nag-aaway at nagdidigmaan. Kayo'y wala, sapagkat hindi kayo humihingi. Kayo'y humihingi, at hindi tumatanggap, sapagkat humihingi kayo sa masamang dahilan, upang gugulin ninyo ito sa inyong mga kalayawan."*

Ang humiling ng paggaling upang manatiling malusog ay para sa kaluwalhatian ng Diyos; matatanggap ninyo ang sagot kung hihilingin ninyo ito. Subalit kung hindi ito sasagutin, ito ay dahil naghahangad kayo ng hindi ayon sa katotohanan, kahit gusto ng Diyos na bigyan kayo ng higit pang maraming bagay.

Sa anong uri ng panalangin malulugod ang Diyos? Tulad nang

sinabi ni Jesus sa Mateo 6:33, *"Ngunit hanapin muna ninyo ang Kanyang kaharian at ang Kanyang katuwiran, at ang lahat ng mga bagay na ito ay pawang idaragdag sa inyo."* Sa halip na mag-alala sa pagkain, damit, at iba pa, kailangan muna nating bigyang lugod ang Diyos sa pamamagitan ng pag-aalay ng mga panalangin para sa kaharian at katuwiran Niya, at para sa ebanghelyo at kabanalan. Dito lang tutugunin ng Diyos ang ninanais ng puso ninyo at magbibigay ng ganap na pagpapagaling sa karamdaman ninyo.

4) Dapat ninyong pagsisihan kung may pag-aalinlangan sa panalangin ninyo.

Ang Diyos ay nalulugod sa panalanging nagpapakita ng pananampalataya. Makikita natin sa Sa Mga Hebreo 11:6, *"At kung walang pananampalataya ay hindi maaaring kalugdan ng Diyos, sapagkat ang sinumang lumalapit sa Kanya ay dapat sumampalatayang may Diyos at Siya ang tagapagbigay-gantimpala sa mga masigasig na humahanap sa Kanya."* Sa ganito ring paraan tayo pinapaalalahanan sa Santiago 1:6-7, *"Ngunit humihingi siyang may pananampalataya na walang pagaalinlangan, sapagkat ang nagaalinlangan ay katulad ng alon sa dagat at hinihipan at ipinapadpad ng hangin. Sapagkat ang taong iyon ay hindi dapat mag-akala na siya'y tatanggap ng anumang bagay mula sa Panginoon."*

Ang panalangin na may pagaalinlangan ay nagpapakita ng hindi ninyo paniniwala sa Makapangyarihang Diyos, nagdudulot ng kahihiyan sa kapangyarihan Niya, at ginagawa

Siyang Diyos na walang-kakayahan. Kailangan ninyong magsisi agad, tularan ninyo ang mga Ama ng pananampalataya, at manalangin kayo ng masigasig at taimtim upang magkaroon kayo ng pananampalataya sa kaibuturan ng puso ninyo.

Maraming beses na mababasa natin sa Biblia na minahal ni Jesus ang mga taong mayroong matibay na pananampalataya, pinili bilang mga manggagawa Niya, at isinama sa pagmiministeryo Niya. Kapag hindi nagpakita ng kahit maliit na pananampalataya ang mga tao, pati na ang mga alagad Niya, pinagsasabihan Niya ang mga ito (Mateo 8:23-27), subalit pinupuri at minamahal Niya ang mayroong malaking pananampalataya, kahit na sila ay mga Hentil (Mateo 8:10).

Paano ba kayo manalangin at anong klaseng pananampalataya ang pananampalataya ninyo?

Sa Mateo 8:5-13 may isang senturion na lumapit kay Jesus at hiniling na pagalingin Niya ang isa sa mga alipin niyang nakaratay sa bahay at matagal nang nagdurusa sa pagiging lumpo. Nang sabihin ni Jesus sa senturion, *"Pupuntahan Ko siya at pagagalingin,"* (t. 7) sumagot ang senturion, *"Panginoon, hindi ako karapat-dapat sa Iyo na pupuntahan Mo ang aking bahay, ngunit sabihin Mo lang ang salita at gagaling ang aking alipin,"* (t. 8) at ipinakita ang matibay niyang pananampalataya. Nalugod si Jesus sa sagot ng senturion, pinuri Niya ito, *"Kahit sa Israel man ay hindi Ako nakatagpo ng ganito kalaking pananampalataya"* (t. 10) at gumaling ang alipin ng senturion sa oras ding iyon.

Naisulat sa Marcos 5:21-43 ang isang kamangha-manghang

pagpapagaling. Nang si Jesus ay nasa baybay dagat, lumapit sa Kanya ang isa sa mga pinuno ng sinagoga na si Jairo at nagpatirapa sa paanan Niya. Nagmakaawa si Jairo kay Jesus, *"Ang aking munting anak na babae ay naghihingalo; Pumaroon Ka at ipatong Mo ang Iyong kamay sa kanya upang siya'y gumaling at mabuhay"* (t. 23).

Habang papunta na si Jesus sa tahanan ni Jairo, isang babaing dinudugo sa loob ng labindalawang taon ang lumapit sa Kanya. Nakapagpagamot na siya sa ibat' ibang doktor, ngunit sa halip na gumaling, lumala pa ang lagay niya.

Nabalitaan ng babae na naroroon si Jesus, lumapit siya sa likuran Niya, at hinipo ang damit Niya. Dahil ang babaing ito ay nananampalatayang, *"Kung mahipo ko man lang ang Kanyang damit ay gagaling ako,"* (t. 28) nang hipuin ng babae ang damit ni Jesus, siya ay agad gumaling. Nang maramdaman ni Jesus na may lumabas na kapangyarihan mula sa Kanya, bumaling Siya at nagtanong, *"Sino ang humipo sa aking damit?"* (t. 30). Nang sabihin ng babae ang katotohanan, sinabi ni Jesus, *"Anak, lakasan mo ang iyong loob; pinagaling ka ng iyong pananampalataya"* (t. 34). Iniligtas Niya at biniyayaan ng kalusugan ang babae.

Samantala, dumating ang mga kasambahay ni Jairo at sinabing, *"Ang anak mo ay patay na"* (t. 35). Sumagot si Jesus at sinabi kay Jairo, *"Huwag kang matakot; manampalataya ka lamang,"* (t. 36) at nagtungo na sa bahay ni Jairo. Sinabi ni Jesus sa mga tao doon, *"Hindi patay ang bata, kundi natutulog lamang,"* (t. 39) at sinabi sa bata, *"Talitha koum!" (na ang kahulugan ay "Munting batang babae, sinasabi ko sa iyo, bumangon ka!")* (t. 41).

Kaagad bumangon ang batang babae at nagpalakad-lakad.

Maniwala kayo na kung kayo ay hihiling nang may pananampalataya, gagaling kahit ang malalang karamdaman at muling mabubuhay ang patay. Kung nananalangin kayo nang may pagaalinlangan hanggang ngayon, gagaling kayo at lalakas kung pagsisisihan ninyo ang kasalanang ito.

5) Dapat ninyong pagsisihan ang pagsuway sa mga utos ng Diyos.

Sa Juan 14:21, sinasabi ni Jesus sa atin, *"Siyang mayroon ng Aking mga utos at tinutupad ang mga iyon ay siyang nagmamahal sa Akin, at ang nagmamahal sa Akin ay mamahalin ng Aking Ama, at siya'y mamahalin Ko, at ihahayag Ko ang Aking sarili sa kanya."* Sa 1 Juan 3:21-22 pinapaalalahanan tayo, *"Mga minamahal, kung tayo'y hindi hinahatulan ng ating puso, tayo ay may kapanatagan sa harapan ng Diyos; at anumang ating hingin ay tinatanggap natin mula sa Kanya, sapagkat tinutupad natin ang Kanyang mga utos at ginagawa natin ang mga bagay na kalugod-lugod sa Kanyang harapan."* Walang lakas ng loob na humarap sa Diyos ang isang taong makasalanan. Ngunit, kung marangal at matuwid ang mga puso natin kung susukatin ito batay sa Salita ng katotohanan, matapang tayong makakahingi ng anumang bagay sa Diyos.

Kaya, bilang mananampalataya sa Diyos, kailangan ninyong matutuhan at maunawaan ang Sampung Utos, na nagsisilbing kabuuan ng animnapu't anim na aklat ng Biblia, at tuklasin ninyo kung gaano kalaking bahagi ng buhay ninyo ang naging pagsuway sa mga ito.

I. Mayroon ba akong ibang diyos sa puso ko maliban sa Diyos?

II. Ginawa ko bang diyus-diyosan ang mga ari-arian ko, mga anak, kalusugan, negosyo at iba pa at sinamba ang mga ito?

III. Binabanggit ko ba ang pangalan ng Diyos sa walang kabuluhan?

IV. Pinapanatili ko bang banal ang araw ng Sabbath?

V. Iginagalang ko ba palagi ang aking mga magulang?

VI. Pumatay ba ako, sa pisikal man o sa espiritu, dahil sa galit sa kapwa at naging dahilan ba ako para magkasala sila?

VII. Nangalunya ba ako, kahit sa puso ko lang?

VIII. Nagnakaw ba ako?

IX. Nagbintang ba ako sa kapwa ko?

X. Naghangad ba ako ng pag-aari ng iba?

At, kailangan ninyong balikan ang nakaraan para makita

ninyo kung sinunod ninyo ang utos ng Diyos sa pamamagitan nang pagmamahal sa kapwa ninyo gaya ng pagmamahal ninyo sa sarili ninyo. Kung susundin ninyo ang utos ng Diyos at hihiling sa Kanya, papagalingin ng Diyos na makapangyarihan ang kahit na ano at lahat ng karamdaman ninyo.

6) Dapat ninyong pagsisihan na hindi kayo naghasik sa Diyos.

Dahil ang Diyos ang namamahala sa sansinukob, gumawa Siya ng mga batas para sa espirituwal na kaharian, at bilang matuwid na hukom, namumuno Siya at namamahala sa lahat ng bagay ayon sa mga batas na ito.

Sa Daniel 6, nailagay si Haring Dario sa isang mahirap na situwasyon dahil hindi niya mailigtas ang minamahal niyang lingkod na si Daniel mula sa yungib ng mga leon kahit na siya ang hari. Dahil siya ang sumulat ng utos, hindi maaring suwayin ni Dario ang batas na ginawa niya. Kung ang hari ang unang babali sa tuntunin at susuway sa batas, sino ang makikinig at maglilingkod sa kanya? Kaya, kahit ihahagis sa yungib ng mga leon ang minamahal niyang tagapaglingkod na si Daniel dahil sa plano ng masasamang tao, walang nagawa si Dario.

Tulad nito, dahil hindi puwedeng suwayin ng Diyos ang batas na itinakda Niya, lahat ng bagay sa sansinukob ay tumatakbo sa eksaktong kaayusan sa ilalim ng kapangyarihan Niya. Kaya nga, *"Huwag kayong padaya; ang Diyos ay hindi maaaring lokohin, sapagkat ang anumang ihasik ng tao, ay siya rin niyang aanihin"* (Galacia 6:7).

Kung gaano kayo naghasik sa pananalangin ninyo, makakatanggap kayo ng kasagutan at lalago sa espiritu, at lalakas ang kalooban ninyo, at muling sisigla ang espiritu ninyo. Kung may karamdaman at mahina kayo ngunit ngayon ay ihinahasik ang oras ninyo sa pag-ibig sa Diyos sa masigasig na pagdalo sa mga pananambahan, bibiyayaan kayo ng mabuting kalusugan at mararamdaman ninyo ang pagbabago sa pangangatawan ninyo. Kung ihahasik ninyo ang yaman ninyo sa Diyos, iingatan at kukublihan Niya kayo sa mga pagsubok at bibiyayaan ng mas malaking kayamanan.

Kapag naunawaan na ninyo kung gaano kahalaga ang maghasik sa Diyos, at iwaksi ang pag-asa sa mundong ito na mabubulok at mamamatay, at sa halip ay magsimulang mag-ipon ng mga gantimpala sa langit nang may tunay na pananampalataya, bibigyan kayo ng makapangyarihang Diyos ng kalusugan sa lahat nang oras.

Sa pamamagitan ng Salita ng Diyos, nalalaman natin kung ano ang naging pader sa pagitan ng Diyos at ng tao at kung bakit tayo namumuhay sa dalamhati ng karamdaman. Kung hindi pa kayo naniniwala sa Diyos at dumaranas ng karamdaman, tanggapin ninyo si Jesus bilang Tagapagligtas at magsimula ng buhay kay Cristo. Huwag kayong matakot sa pumapatay ng katawan. Sa halip, matakot sa Kanya na humahatol sa katawan at espiritu patungo sa impiyerno, ingatan ninyo ang pananampalataya ninyo sa Diyos na Tagapagligtas mula sa paguusig ng mga magulang ninyo, mga kapatid, asawa, at mga biyenan, at ng iba pa. Kapag kinilala ng Diyos ang pananampalataya ninyo, kikilos siya at papagalingin kayo.

Kung kayo ay mananampalataya ngunit nagdurusa sa karamdaman, siyasatin ninyo ang sarili ninyo para makita kung may natitirang bahid ng kasamaan sa inyo tulad ng galit, selos, inggit, kabuktutan, karumihan, katakawan, masamang motibo, pagpatay, pagaaway-away, tsismis, paninirang puri, pagmamataas, at marami pang iba. Sa pamamagitan ng panalangin ninyo sa Diyos at sa pagtanggap ng kapatawaran dahil sa habag at awa Niya, tatanggapin din ninyo ang lunas sa karamdaman ninyo.

Marami na ang sumubok na makipagkasundo sa Diyos. Sinasabi nila na maniniwala at susunod sila kay Jesus kung papagalingin muna ng Diyos ang mga sakit at karamdaman nila. Pero, dahil kilala ng Diyos ang kaibuturan ng puso ng bawat isa, pagagalingin Niya ang bawat isa sa pisikal nilang karamdaman pagkatapos lang Niyang linisin ang espiritu ng tao.

Kung mauunawaan ninyo na ang saloobin ng tao at ang kalooban ng Diyos ay magkaiba, sana ay sundin muna ninyo ang kalooban ng Diyos upang ang espiritu ninyo ay bumuti habang tumatanggap ng biyayang paggaling ng karamdaman ninyo, sa pangalan ng ating Panginoon idinadalangin ko!

Kabanata 3

Ang Diyos na Nagpapagaling

Kung iyong diringgin
ng buong tiyaga ang tinig ng PANGINOON mong Diyos,
at iyong gagawin ang matuwid sa Kanyang mga mata,
at iyong susundin ang Kanyang mga utos,
at iyong tutuparin ang lahat ng Kanyang mga batas,
wala akong ilalagay na karamdaman sa iyo,
na gaya ng inilagay Ko sa Ehipcio;
sapagkat Ako ang PANGINOON
na nagpapagaling sa iyo.

Exodo 15:26

1. Bakit nagkakasakit ang tao?

Kahit gusto ng Diyos na Nagpapagaling na maging malusog ang buhay ng lahat ng mga anak Niya, marami sa kanila ang nagdurusa sa sakit at mga karamdaman. Hindi nila malutas ang problemang ito.

Kung may pinagmulan ang bawat hantungan, mayroon ding dahilan ang bawat karamdaman. Ang lahat ng karamdaman ay madaling gamutin sa oras na malaman ang dahilan nito. Dapat munang alamin ng lahat ng nagnanais na gumaling kung ano ang dahilan ng karamdaman nila. Sa pamamagitan ng Salita ng Diyos sa Exodo 15:26, sasaliksikin nating mabuti kung ano ang dahilan ng mga karamdaman, at kung ano ang mga paraan kung paano tayo makakalaya dito para maging malusog.

"Ang PANGINOON" ay ang pangalang nararapat lamang para sa Diyos, at ito ay sumisimbolo sa "AKO AY ANG AKO NGA" (Exodo 3:14). Ipinapahiwatig din ng pangalan na ang lahat ng bagay ay nasa ilalim ng Pinakakagalang-galang na Diyos. Sa pagtukoy ng Diyos sa Kanyang sarili bilang "PANGINOON na nagpapagaling sa iyo" (Exodo 15:26), mababatid natin ang pag-ibig ng Diyos na magpapalaya sa atin mula sa matinding paghihirap sa karamdaman at ang kapangyarihan ng Diyos na magpapagaling nito.

Nangako ang Diyos sa Exodo 15:26, *"Kung iyong diringgin ng buong tiyaga ang tinig ng PANGINOON mong Diyos, at iyong gagawin ang matuwid sa Kanyang mga mata, at iyong susundin ang Kanyang mga utos at iyong tutuparin ang lahat ng Kanyang mga batas, wala Akong ilalagay na karamdaman sa iyo, na gaya ng inilagay ko sa Ehipcio; sapagkat Ako ang PANGINOON na nagpapagaling sa iyo."* Kaya, kung nagkasakit kayo, ito ay katibayan na hindi kayo nakinig ng mabuti sa tinig Niya, hindi ninyo ginawa ang tama sa mga mata Niya, at binalewala ninyo ang mga utos Niya.

Dahil ang mga anak ng Diyos ay mga mamamayan ng langit, kailangan nilang sundin ang batas ng langit. Gayon pa man, kung ang mga mamamayan ng langit ay hindi sumusunod sa batas nito, hindi sila maaring protektahan ng Diyos dahil kasalanan ang paglabag sa batas (1 Juan 3:4). Pagkatapos, ang puwersa ng karamdaman ay makakapasok at magiging dahilan ng pagdadalamhati sa karamdaman ng mga suwail na anak ng Diyos.

Suriin natin ng detalyado ang mga dahilan kung bakit maari tayong magkasakit, kung ano ang sanhi ng karamdaman, at kung paano mapapagaling ng kapangyarihan ng Diyos na Nagpapagaling ang mga nagdurusa sa karamdaman.

2. Nagkakasakit ang Isang Tao Dahil sa Kasalanan Niya

Sa buong Biblia, paulit-ulit na sinasabi sa atin ng Diyos na ang dahilan ng karamdaman ay kasalanan. Mababasa sa Juan 5:14, *"Pagkatapos ay natagpuan siya [ang lalaking pinagaling na] ni Jesus sa templo, at sinabi sa kanya, 'Tingnan mo, ikaw ay gumaling na; huwag ka nang magkasala, baka may mangyari pa sa iyo na lalong masama.'"* Ipinapaalaala sa atin ng talatang ito na kung magkakasalang muli ang isang tao, maari siyang dumanas ng mas malubhang karamdaman kaysa sa dati, at dahil sa kasalanan ang mga tao ay nagkakasakit.

Sa Deuteronomio 7:12-15, nangako ang Diyos sa atin, *"Sapagkat iyong pinakinggan ang batas na ito, at iyong iningatan at sinunod ang mga ito, ay tutuparin sa iyo ng PANGINOON mong Diyos ang tipan at ang wagas na pag-ibig na Kanyang ipinangako sa iyong mga ninuno. Iibigin ka Niya, pagpapalain, at pararamihin. Pagpapalain din Niya ang iyong mga supling, ang bunga ng iyong lupa, ang iyong trigo, ang iyong alak, ang iyong langis, ang karagdagan ng iyong bakahan, at ang mga guya ng iyong kawan sa lupain na Kanyang ipinangakong ibibigay sa iyo at sa iyong mga ninuno. Pagpapalain ka kaysa lahat ng mga bayan; walang magiging baog na babae o lalaki sa inyo o sa inyong mga hayop. Aalisin sa iyo ng PANGINOON ang lahat ng karamdaman; at hindi Niya ilalagay sa iyo ang alinman sa masamang sakit sa Ehipto na iyong nalaman, kundi ilalagay Niya ito sa lahat ng napopoot sa iyo."* Sa mga napopoot ay kasamaan at kasalanan, at sila ay magkakaroon ng karamdaman.

Sa Deuteronomio 28, na kilala bilang 'Ang Kabanata ng Biyaya', sinasabi sa atin ng Diyos kung anong uri ng mga biyaya ang tatanggapin natin kung lubos tayong susunod sa ating Diyos at maingat na sumusunod sa lahat ng mga utos Niya. Sinasabi rin Niya sa atin ang mga uri ng sumpa na darating sa atin kung susuway tayo sa mga utos Niya at tuntunin.

Maliwanag na binanggit ng detalyado sa atin ang mga uri ng

karamdaman na darating sa atin kung tayo ay susuway sa Diyos. Ito ay salot; pagkaubos; lagnat; pamamaga; nag-aapoy na init at pagkatuyo; salot ng hangin at amag; bukol ng Ehipto; mga ulser; pangangati; at ng galis na hindi mapagaling; pagkabaliw; pagkabulag; pagkalito ng isipan na walang sasagip; sasaktan ka ng PANGINOON sa tuhod at sa mga hita ng isang masamang bukol na hindi mo mapapagaling mula sa talampakan ng iyong paa hanggang sa bao ng iyong ulo (Deuteronomio 28:21-35).

Kung nauunawaan ninyo na ang dahilan ng karamdaman ay kasalanan, pagsisihan ninyo na hindi kayo namuhay sa Salita ng Diyos para mapatawad at mapagaling kayo. Sa oras na gumaling kayo sa pamamagitan ng pamumuhay ayon sa Salita Niya, huwag na kayong gumawa ng kasalanan.

3. Nagkakasakit Kahit Inaakalang Hindi Nagkasala

Sinasabi ng ibang tao na kahit na hindi sila nagkasala, sila ay nagkakasakit pa rin. Pero, batay sa Salita ng Diyos, kung gagawin natin ang tama sa mata ng Diyos, kung susundin natin ang mga utos Niya at lahat ng mga tuntunin Niya, hindi Niya tayo pahihirapan sa kahit na anong karamdaman. Kung nagkasakit tayo, tanggapin natin na minsan sa ating buhay nakagawa tayo ng hindi tama sa paningin Niya at nilabag natin ang mga tuntunin Niya.

Ano ngayon ang kasalanan na nagiging dahilan ng mga

karamdaman?

Kung ginamit ng tao ang malusog niyang katawan na ibinigay ng Diyos nang walang pagpipigil o sa kasamaan, pagsuway sa mga utos Niya, sa paggawa ng mali, o sa magulong buhay, inilalagay niya ang sarili niya sa panganib na magkaroon ng karamdaman. Sa kategoryang ito ng karamdaman kabilang ang 'gastroenteric disorder' na ang sanhi ay sobra o hindi regular na oras ng pagkain, sakit sa atay dahil sa tuloy-tuloy na paninigarilyo at paginom ng alak at marami pang uri ng karamdaman na sanhi ng pag-aabuso sa katawan.

Maaring hindi ito kasalanan sa paningin ng tao ngunit kasalanan ito sa paningin ng Diyos. Ang sobrang pagkain ay kasalanan dahil ito ay nagpapakita ng kasakiman at walang pagpipigil sa sarili. Kung ang isang tao ay nagkasakit dahil hindi regular ang oras niya sa pagkain, ang kasalanan niya ay hindi ang kawalan ng disiplina o pagbalewala sa oras kundi ang pangaabuso sa katawan at walang pagpipigil sa sarili. Kung ang isang tao ay magkasakit dahil sa pagkaing hindi pa gaanong luto, ang kasalanan niya ay kawalan ng pasensya – hindi sumusunod sa katotohanan.

Kung gumamit ng kutsilyo ang isang tao at hindi nag-ingat kaya nahiwa niya ang sarili niya, at ang sugat ay nagnana, resulta ito ng kasalanan niya. Kung tunay na mahal ng taong iyon ang Diyos, iingatan palagi ng Diyos ang taong ito para hindi maaksidente. Kahit may pagkakamali pa siya, bibigyan siya ng Diyos ng solusyon at, dahil gumagawa ang Diyos para sa kapakanan ng mga taong nagmamahal sa Kanya, ang katawan nila ay hindi masusugatan.

Ang mga sugat at pinsala ay nangyayari dahil sa pagmamadali at paggamit ng hindi mabuting paraan, na parehong mali sa paningin ng Diyos, kaya ito ay nagiging kasalanan.

Ganito rin ang tuntunin sa paninigarilyo at pag-inom ng alak. Kung batid ng isang tao na ang paninigarilyo ay nagpapalabo ng isipan niya, sinisira ang baga niya, at nagiging sanhi ng kanser pero hindi pa rin siya humihinto, at kung batid niya na ang pag-inom ng alak ay nakakasira ng bituka at nakakapagpahina ng mga bahagi ng katawan, ngunit hindi pa rin humihinto, ito ay kasalanan. Nagpapakita ito ng walang pagpipigil sa sarili at kasakiman at ng kawalan ng pagmamahal sa katawan niya, at ng hindi niya pagsunod sa kalooban ng Diyos. Paano sasabihing hindi ito kasalanan?

Kung dati ay hindi pa tayo tiyak kung ang lahat ng karamdaman ay dahil sa kasalanan, batid na natin ngayon pagkatapos siyasatin at sukatin ang maraming pangyayari batay sa Salita ng Diyos. Kailangan nating mabuhay na sumusunod sa Salita Niya upang makalaya tayo sa karamdaman. Ibig sabihin, kung gagawin natin ang tama sa paningin Niya, susunod sa mga utos Niya, at pananatilihin ang mga tuntunin Niya, poprotektahan Niya tayo at ilalayo sa kapahamakan sa lahat ng oras.

4. Mga Karamdaman na Sanhi ng Neurosis at iba pang mga Sakit sa Utak

Ayon sa istatistika, tumataas ang bilang ng mga taong

dumaranas ng neurosis at iba pang mga sakit sa utak. Kung mapasensiya o matiisin ang mga tao katulad ng itinuturo ng Salita ng Diyos sa atin, at kung magpapatawad, magmamahal at uunawa sila batay sa katotohanan, madali silang makakalaya sa ganitong karamdaman. Ngunit, mayroon pa ring nananatiling kasamaan sa puso nila at pinipigilan sila nito na mamuhay ayon sa Salita. Ang pagdadalamhati ng isipan ay nagpapahina ng mga bahagi ng katawan at ng likas na panlaban ng katawan sa mga sakit. Kung namumuhay tayo ayon sa Salita, ang ating emosyon ay mapapanatag, magiging mahinahon tayo, at ang isipan natin ay hindi mabubuyo.

May mga tao sa paligid natin na mukhang mabuti, ngunit dumaranas sila ng ganitong uri ng karamdaman. Pinipigilan nila ang sarili nila na magpakita ng karaniwang ekspresyon o pagpapahayag ng emosyon, mas matindi ang karamdaman nila kaysa sa mga naglalabas ng galit at poot. Ang totoong kabutihan ay nakikita sa pag-unawa sa isa't isa sa pamamagitan ng pagpapatawad at pagmamahal, pagpipigil sa sarili at pagtitiis.

At, kung sinasadya ng tao na magkasala, maari silang magkaroon ng sakit sa utak, dalamhati sa isipan at pagkawasak. Dahil hindi sila gumagawa ng kabutihan at lalong nahuhulog sa kasamaan, ang pagdurusa ng isipan nila ay nagiging karamdaman. Dapat nating malaman na ang neurosis at iba pang mga sakit sa utak ay nagmumula sa sariling kalooban na dahilan ng sarili nating kahangalan at kasamaan. Kahit sa ganitong situwasyon, papagalingin ng Diyos ng pag-ibig ang lahat ng humahanap sa Kanya at nagnanais na pagalingin Niya. Higit pa riyan, bibigyan din Niya sila ng pag-asa para sa langit nang sa ganoon ay makaranas silang manahan sa tunay na kasiyahan at kaginhawahan.

5. Ang mga Karamdaman mula sa Kaaway na Diyablo ay Dahil din sa Kasalanan

May mga taong sinapian ni Satanas at nagdurusa mula sa lahat ng sakit na ibinibigay ng kaaway na diyablo sa kanila. Ito ay dahil tinalikdan na nila ang kalooban ng Diyos at lumayo na sila sa katotohanan. Ang pagkakaroon ng karamdaman, kapansanan, at pagsapi ng demonyo sa mga pamilyang sumasamba sa diyus-diyosan ay dahil napopoot ang Diyos sa mga taong sumasamba sa mga diyus-diyosan.

Sa Exodo 20:5-6 mababasa natin, *"Huwag mo silang yuyukuran, o paglingkuran man sila; sapagkat Akong PANGINOON mong Diyos ay Diyos na mapanibughuin, na Aking pinarurusahan ang mga anak dahil sa kasamaan ng mga magulang hanggang sa ikatlo at ikaapat na salinlahi ng mga napopoot sa Akin; ngunit pinagpapakitaan Ko ng wagas na pag-ibig ang libu-libong umiibig sa Akin at tumutupad ng Aking mga utos."* Binigyan Niya tayo ng natatanging utos na huwag sumamba sa mga diyus-diyosan. Mula sa naunang dalawa sa Sampung Utos na ibinigay Niya sa atin – *"Huwag kang magkakaroon ng ibang mga diyos sa harap ko"* (t. 3) at *"Huwag kang gagawa para sa iyong sarili ng inukit na larawan o ng anumang kawangis ng anumang nasa langit sa itaas, o ng nasa lupa sa ibaba, o ng nasa tubig sa ilalim ng lupa"* (t. 4) – madali nating masasabi kung gaano kinapopootan ng Diyos ang pagsamba sa mga diyus-diyosan.

Kung sumuway ang mga magulang sa kalooban ng Diyos at sumamba sa mga diyus-diyosan, susunod sa kanila ang mga anak nila. Kung hindi sumusunod ang mga magulang sa Salita ng Diyos at gumagawa ng masama, natural na gagawa din ng masama ang mga anak nila. Kung ang kasalanan ng pagsuway ay makarating sa ikatlo at ikaapat na henerasyon, bilang kabayaran ng kasalnan, ang mga inapo nila ay magdurusa mula sa mga karamdaman na ibibigay ng kaaway na diyablo sa kanila.

Kahit na sumamba ang mga magulang sa mga diyus-diyosan ngunit kung ang mga anak nila, mula sa kabutihan ng mga puso nila ay sa Diyos sumasamba, ipapakita Niya ang pag-ibig at habag at pagpapalain sila. Kahit na nagdurusa ang tao sa mga karamdaman mula sa kaaway na diyablo pagkatapos niyang talikuran ang kalooban ng Diyos at napariwara mula sa katotohanan, kung magsisi sila at tatalikdan ang kasalanan, lilinisin sila ng Diyos na Nagpapagaling. Ang iba ay papagalingin Niya kaagad; ang iba ay papagalingin Niya sa susunod na mga araw; at ang iba ay papagalingin Niya ayon sa paglago ng pananampalataya nila. Ang pagpapagaling ay mangyayari ayon sa kalooban ng Diyos: kung may pusong matatag sa paningin ng Diyos ang isang tao, pagagalingin sila kaagad; ngunit kung ang puso nila ay tuso, pagagalingin sila pagkalipas ng ilang panahon.

6. Makakalaya Tayo sa Karamdaman kung Mabubuhay sa Pananampalataya

Dahil itinuturing si Moises na napakaamo, higit sa kaninuman sa mundo (Bilang 12:3) at naging matapat sa buong sambahayan ng Diyos, siya ay itinuturing na mapagkakatiwalaang lingkod ng Diyos (Bilang 12:7). Sinasabi rin sa atin ng Biblia na noong si Moises ay namatay nang isandaan at dalawampung taong gulang siya, hindi lumabo ang mga mata niya at malakas pa rin ang katawan niya (Deuteronomio 34:7). Dahil si Abraham ay isang taong sumunod ng may pananampalataya at takot sa Diyos, nabuhay siya hanggang isandaan at pitumpu't limang taong gulang (Genesis 25:7). Malusog si Daniel kahit gulay lang ang kinakain niya (Daniel 1:12-16), at si Juan Bautista ay matipuno kahit balang at pulot-pukyutan lang ang kinakain niya (Mateo 3:4).

Maaring nagtataka ang iba kung paano nananatiling malusog ang ibang tao na hindi kumakain ng karne. Subalit, nang likhain ng Diyos ang tao, sinabi Niyang kainin lang ang mga bunga. Sa Genesis 2:16-17 sinabi ng Diyos sa lalaki, *"Malaya kang makakakain mula sa lahat ng punungkahoy sa halamanan, subalit mula sa punungkahoy ng pagkilala ng mabuti at masama ay huwag kang kakain; sapagkat sa araw na ikaw ay kumain niyon at tiyak na mamamatay ka."* Pagkatapos nang pagsuway ni Adan, sinabi ng Diyos na maaari lamang niyang kainin ang mga tanim sa parang (Genesis 3:18), at sa paglaganap ng kasalanan dito sa mundo, pagkatapos ng Paghatol sa pamamagitan ng Baha, sinabi ng Diyos kay Noe sa Genesis

9:3, *"Bawat gumagalaw na nabubuhay ay magiging pagkain ninyo; at kung paanong ibinigay ko sa inyo ang mga luntiang halaman, ibinibigay ko sa inyo ang lahat ng mga bagay."* Habang pasama ng pasama ang mga tao, hinayaan ng Diyos na kumain sila ng karne, subalit hindi dapat ang marurumi (Levitico 11; Deuteronomio 14).

Sa panahon ng Bagong Tipan, sinabi sa atin ng Diyos sa Ang Mga Gawa 15:29, *"Kayo'y umiwas sa mga bagay na inihandog sa mga diyus-diyosan, sa dugo, sa mga binigti at sa pakikiapid. Kung kayo'y iiwas sa mga bagay na ito ay ikabubuti ninyo."* Pinapayagan tayo na kumain ng pagkain na makakabuti sa kalusugan natin at pinapayuhan tayo na umiwas sa mga pagkain na makakasama sa atin; mas makakabuti sa atin na huwag kumain o uminom ng kahit na anong hindi kinalulugdan ng Diyos. Kung gaano tayo sumusunod sa kalooban ng Diyos at nabubuhay nang may pananampalataya, magiging ganoon din kalakas ang katawan natin, at lalayo sa atin ang mga karamdaman, at walang ibang sakit na darating sa atin.

Higit pa riyan, hindi tayo magkakasakit kung mabubuhay tayo sa katuwiran nang may pananampalataya dahil dalawang libong taon na ang nakaraan, dumating si Jesu-Cristo dito sa mundo at dinala ang lahat ng mabibigat na pasanin natin. Habang pinaniniwalaan natin na sa pamamagitan ng dugo Niya, tinubos Niya tayo sa mga kasalanan natin at sa mga latay Niya (Mateo 8:17) kinuha Niya ang mga sakit natin at gumaling tayo, mangyayari ito ayon sa pananampalataya natin (Isaias 53:5-6; 1 Pedro 2:24).

Bago natin makilala ang Diyos, wala tayong pananampalataya. Nabuhay tayo sa paghahabol ng mga kagustuhan ng makasalanang likas natin at nagdusa mula sa iba't ibang karamdaman na resulta ng kasalanan natin. Kung mabubuhay tayo sa pananampalataya at gagawin ang lahat sa katuwiran, bibiyayaan tayo ng kalusugan.

Kung malusog ang isipan, malusog din ang katawan. Kung mananahan tayo sa katuwiran at mamumuhay ayon sa Salita ng Diyos, mapupuspos ng Banal na Espiritu ang katawan natin. Lalayo ang karamdaman sa atin at habang malusog ang katawan natin, walang karamdamang darating sa atin. Dahil ang katawan natin ay magkakaroon ng kapayapaan, gagaan, magiging maligaya, at malusog, hindi tayo kukulangin sa halip magiging mapagpasalamat sa ibinigay na kalusugan sa atin ng Diyos.

Mamuhay sana kayo sa katuwiran at sa pananampalataya nang sa ganoon habang nagiging mabuti ang espiritu ninyo, gagaling kayo mula sa lahat ng karamdaman at kahinaan ninyo, at magiging malusog. Tanggapin sana ninyo ang masaganang pag-ibig ng Diyos sa pagsunod at pamumuhay ninyo ayon sa Salita Niya – ang lahat ng ito ay idinadalangin ko sa pangalan ng Panginoon!

Kabanata 4

Sa mga Latay Niya,
Gumaling Tayo

Tunay na Kanyang pinasan
ang ating mga karamdaman,
at dinala ang ating mga kalungkutan;
gayunma'y ating itinuring Siya na hinampas,
sinaktan ng Diyos at pinahirapan.
Ngunit Siya'y nasugatan dahil sa ating pagsuway,
Siya'y binugbog dahil sa ating mga kasamaan;
ipinataw sa Kanya ang parusa para sa ating kapayapaan,
at sa pamamagitan ng Kanyang mga latay
ay gumaling tayo.

Isaias 53:4-5

1. Si Jesus bilang Anak ng Diyos ang Nagpagaling ng Lahat ng Karamdaman

Habang naglalayag ang mga tao sa sarili nilang buhay, nakakaranas sila ng iba't ibang problema. Tulad ng dagat na hindi palaging panatag, ang dagat ng buhay ay maraming mga problema na nanggagaling sa tahanan, trabaho, negosyo, karamdaman, kayamanan at marami pang iba. Maaari ding sabihin na ang pinakamabigat sa mga ito ay karamdaman.

Sa kabila ng yaman at talino na maaring makamit ng isang tao, mawawalang parang bula ang lahat ng pinagsikapan niya sa buhay niya kung magkakaroon siya ng kritikal na karamdaman. Sa isang banda, makikita natin na habang ang pisikal na sibilisasyon ay sumusulong at ang kayamanan ay umaangat, ang paghahangad ng tao na maging malusog ay umaangat din. Sa kabilang banda, kahit gaano pa kagaling ang siyensiya at medisina, nagkakaroon ng mga bago at hindi pangkaraniwang mga karamdaman – na hindi kayang labanan ng karunungan ng tao – kaya lalong dumadami ang mga nagdurusa. Marahil iyan ang dahilan kung bakit lalong binibigyang diin ang kalusugan sa panahong ito.

Pagdurusa, karamdaman, at kamatayan – lahat ay nagmumula sa kasalanan – nagpapakita ng limitasyon ng tao. Tulad ng ginawa Niya noong panahon ng Lumang Tipan, inihahayag sa atin ngayon ng Diyos na Nagpapagaling ang paraan kung paano gagaling sa lahat ng karamdaman ang mga taong naniniwala sa Kanya. Ito ay sa pamamagitan ng pananampalataya nila kay Jesu-Cristo. Siyasatin natin sa Biblia at alamin kung bakit tatanggap tayo ng mga kasagutan sa problema ng karamdaman at magkakaroon ng malusog na buhay sa pamamagitan ng pananalig kay Jesu-Cristo.

Nang tanungin ni Jesus ang mga alagad Niya, *"Ano ang sinasabi ninyo kung sino ako?"* Sumagot si Simon Pedro, *"Ikaw ang Cristo, ang Anak ng Diyos na buhay"* (Mateo 16:15-16). Napakasimple ng sagot na ito, ngunit ipinapahayag nito na si Jesus lang ang Cristo.

Noong panahon Niya, maraming tao ang sumunod kay Jesus dahil pinapagaling Niya agad ang mga taong may karamdaman. Kasama dito ang mga sinasapian ng demonyo, mga may epilepsy, mga paralitiko, at iba pang nagdurusa sa sari-saring mga karamdaman. Nang ang mga may ketong, nilalagnat, mga lumpo, mga bulag, ay gumaling sa pamamagitan ng paglapat ng kamay ni Jesus, nagsisunod at naglingkod ang mga ito sa Kanya. Hindi ba't kamangha-manghang makita ang mga bagay na ganito? Dahil nakasaksi ng mga himala at kababalaghan, naniwala at tinanggap ng mga tao si Jesus, nagkaroon ng mga kasagutan sa problema sa buhay, at gumaling ang mga may sakit. Higit pa riyan, tulad ng pagpapagaling ni Jesus sa mga tao noon, gagaling din ang sinumang lalapit kay Jesus ngayon.

May dumalo na isang lalaking pipilay-pilay sa Magdamag na Pagsamba tuwing Biyernes pagkatapos itatag ng aking iglesya. Dahil sa isang aksidente sa sasakyan, ang lalaki ay nag-therapy sa isang ospital sa loob ng mahabang panahon. At dahil ang buto niya sa tuhod ay dinugtungan, hindi niya kayang lumuhod at imposible din na makalakad siya dahil hindi niya maigalaw ang mga binti niya. Habang nakikinig siya sa pangangaral ng Salita ng Diyos, naghangad siya na tanggapin si Jesu-Cristo at gumaling. Nang maalab kong ipinanalangin ang lalaki, tumayo siya agad at nagsimulang lumakad at tumakbo. Tulad ng paglundag at paglakad ng lumpo sa pintuan ng templo na tinawag na Maganda sa panalangin ni Pedro (Ang Mga Gawa 3:1-10), isang kamanghamanghang pagkilos ng Diyos ang naipahayag.

Ito ay nagsisilbing katibayan na lubos na gagaling mula sa lahat ng karamdaman niya ang sinumang maniniwala kay Jesu-Cristo at tatanggap ng kapatawaran sa pangalan Niya – kahit hindi sila mapagaling ng medisina – habang binabago at ibinabalik sa dati ang katawan nila. Ang Diyos na Siya ring kahapon, ngayon at magpakailanman (Sa Mga Hebreo 13:8) ay kumikilos sa mga taong naniniwala sa Salita Niya at naghahangad ayon sa sukat ng pananampalataya nila, at Siya ay nagpapagaling ng iba't ibang karamdaman, binubuksan ang mga mata ng bulag, at pinapatayo ang lumpo.

Ang sinumang tumanggap na kay Jesu-Cristo, pinatawad na sa lahat ng kasalanan nila at naging anak ng Diyos ay dapat mabuhay na nang malaya.

Suriin natin ngayon ng detalyado kung bakit maari tayong maging malusog kung maniniwala tayo kay Jesu-Cristo.

2. Hinagupit si Jesus at Dumanak ang Dugo Niya

Bago Siya ipako sa krus, hinagupit ng latigo si Jesus ng mga kawal na Romano at dumanak ang dugo Niya sa patyo ni Pilato. Ang mga kawal na Romano sa panahon Niya ay malulusog, napakalalakas, at nahubog sa pagsasanay. Sila ay mga kawal ng imperyo na namumuno sa buong mundo noong mga panahong iyon. Ang malubhang sakit na tiniis ni Jesus noon nang hubaran at latiguhin Siya ng mga sundalong iyon ay hindi mailalarawan ng salita. Ang latigo ay bumalot sa katawan ni Jesus sa bawat hagupit, dinaklot ang laman Niya at dumaloy ang dugo mula sa katawan Niya.

Bakit si Jesus, ang Anak ng Diyos na walang kasalanan, kamalian, o kapintasan ang malupit na hinagupit hanggang dumanak ang dugo para sa atin na makasalanan? Nakapaloob sa pangyayaring ito ang isang espirituwal na kahulugan ng napakalalim at kamangha-manghang kalooban ng Diyos.

Sa 1 Pedro 2:24 sinasabi sa atin na gumaling tayo sa pamamagitan ng mga sugat ni Jesus. Mababasa natin sa Isaias 53:5, sa pamamagitan ng mga latay Niya gumaling tayo. Mga dalawang libong taon na ang nakakaraan, si Jesus na Anak ng Diyos ay pinahirapan upang tubusin tayo mula sa matinding paghihirap sa karamdaman at ang dugong dumanak mula sa Kanya ay para sa ating kasalanan na hindi pagsasabuhay ng Salita ng Diyos. Kung maniniwala tayo kay Jesus na naghirap at dumanak ang dugo, makakalaya tayo mula sa mga karamdaman at gagaling tayo. Patunay ito ng lubhang katakatakang pag-ibig at karunungan ng Diyos.

Samakatwid, kung nagdurusa kayo sa karamdaman bilang mga anak ng Diyos, magsisi kayo sa mga kasalanan ninyo at magtiwala na gumaling na kayo. Dahil *"Ngayon, ang pananampalataya ay ang katiyakan sa mga bagay na inaasahan, ang paninindigan sa mga bagay na hindi nakikita"* (Sa Mga Hebreo 11:1), kahit makaramdam kayo ng sakit sa apektadong bahagi ng katawan ninyo, masasabi ninyo nang may pananalig, "Napagaling na ako," gagaling ito nang tuluyan.

Noong nasa elementarya ako, nabali ang isa sa mga tadyang ko at dumanas ako ng napakatinding sakit paminsan-minsan na naging sanhi ng mahirap kong paghinga. Isa o dalawang taon pagkatapos kong tanggapin si Jesu-Cristo, umulit ang sakit nang subukan kong magbuhat ng mabigat na bagay at ni hindi na ako makahakbang pa. Gayon pa man, dahil naranasan ko at naniwala ako sa kapangyarihan ng dakilang Diyos, maalab akong nanalangin, "Naniwala ako na pagkatapos kong manalangin, wala na ang sakit at makakalakad na ako." Dahil nagtiwala ako sa makapangyarihang Diyos ko at binura ko sa isipan ko ang sakit, nakatayo at nakalakad ako. Parang imahinasyon ko lang ang sakit.

Sinabi sa atin ni Jesus sa Marcos 11:24, *"Kaya nga sinasabi ko sa inyo, ang lahat ng bagay na iyong idalangin at hingin, paniwalaan ninyong tinanggap na ninyo at iyon ay mapapasainyo,"* kung naniniwala tayo na magaling na tayo, tunay na gagaling tayo ayon sa pananampalataya natin. Gayon pa man, kung iniisip nating hindi pa tayo magaling dahil may masasakit pa tayo sa katawan, hindi gagaling ang karamdaman. Sa madaling salita, kung iisipin natin na magaling na tayo, magsisimula ang paggaling ayon sa pananampalataya natin.

Ito ang dahilan kung bakit sinasabi sa atin ng Diyos na ang kaisipan ng laman ay pagkapoot laban sa Diyos; sapagkat ni hindi ito napapasakop sa kautusan ng Diyos, ni hindi nga maaari (Mga Taga-Roma 8:7), at hinihikayat tayong bihagin ang bawat pag-iisip upang sumunod sa Diyos (2 Mga Taga-Corinto 10:5). Higit pa riyan, sa Mateo 8:17 makikita natin na kinuha ni Jesus ang mga sakit natin at pinasan Niya ang mga karamdaman natin. Kung iisipin ninyong "Mahina ako," mananatili kang mahina. Ngunit, kahit na napakahirap at pagod na pagod na kayo, kung sasabihin ninyong, 'Sumasaakin ang kapangyarihan at pagpapala ng Diyos at pinamumunuan ako ng Banal na Espiritu, hindi ako manghihina,' mawawala ang kahinaan at magiging malakas kayo.

Kung tunay tayong naniniwala kay Jesu-Cristo na nagtanggal ng mga kahinaan at nagpasan ng mga karamdaman natin, dapat nating tandaan na wala na tayong dahilan para magdusa pa sa mga ito.

3. Nang makita ni Jesus ang pananampalataya nila

Ngayong pinagaling na tayo mula sa mga karamdaman natin dahil sa mga latay ni Jesus, kailangan natin ng pananampalataya para pagtiwalaan ito. Sa ngayon, lumalapit na kay Jesus ang mga taong may sakit na hindi dati naniniwala sa Kanya. May mga taong gumagaling kaagad pagkatapos tanggapin si Jesus habang ang iba naman ay walang pagbabago kahit maraming buwan na silang nananalangin. Kailangang magbalik-tanaw ng pangalawang grupo ng mga taong binanggit para suriin ang pananampalataya nila.

Sa isang salaysay sa Marcos 2:1-12, siyasatin natin kung paano ipinakita ng isang lumpo at ng apat na kaibigan niya ang pananampalataya nila, nagpumilit sa Panginoon na palayain siya sa karamdaman niya, at nagbigay luwalhati sa Diyos.

Noong bumisita si Jesus sa Capernaum, ang balita ng pagdating Niya ay kumalat agad at nagtipon ang mga tao sa paligid Niya. Nangaral si Jesus ng Salita ng Diyos – ang katotohanan – at nakinig silang mabuti sa bawat salita Niya. Samantala, may apat na lalaking nagdala ng isang lumpo na nakaratay sa banig ngunit dahil sa napakaraming tao, hindi nila mailapit ang lalaking lumpo kay Jesus.

Sa kabila ng lahat, hindi sila sumuko. Sa halip, umakyat sila sa bubungan ng bahay kung saan namamalagi si Jesus, gumawa ng butas sa bubong sa ibabaw Niya, at ibinaba ang lalaking lumpo sa harapan Niya. Nang makita ni Jesus ang pananampalataya nila, sinabi Niya sa lumpo, "Anak, pinatawad na ang iyong mga kasalanan...tumayo ka, damputin mo ang iyong higaan at umuwi ka," at ang lalaki ay gumaling na matagal na niyang ninanais. Nang dalhin niya ang higaan niya at naglakad sa harap ng mga tao, namangha sila at niluwalhati ang Diyos.

Nagdusa ang lumpo sa matinding karamdaman kayat

hindi siya makakilos na mag-isa. Nang marinig niya ang balita tungkol kay Jesus, na nagpagaling ng bulag, pipi, ketongin, pilay, nagpalayas ng masasamang espiritu, at nagpagaling ng mga nagdurusa sa iba't ibang karamdaman, nagnais siya na makilala si Jesus. Mayroon siyang mabuting puso at inalam niya kung saan matatagpuan si Jesus.

Isang araw, nabalitaan ng lumpo na si Jesus ay nasa Capernaum. Naiisip ba ninyo kung gaano siya kasaya sa balitang ito? Marahil, humingi agad siya ng tulong sa mga kaibigan niya, at ang mga kaibigan niya, na may pananampalataya din, ay tinanggap ang pakiusap ng kaibigan. Narinig din ng mga kaibigan ang balita tungkol kay Jesus, kaya nang humingi ng tulong ang kaibigan, pumayag sila.

Kung hindi pumayag sa hiling ng lumpo ang mga kaibigan niya at kinutya siya sa pagsasabing, "Bakit ka naniniwala sa ganitong mga bagay na ni hindi mo pa man lang nakikita?" hindi na sila magaabalang tumulong sa kaibigan nila. Pero, dahil mayroon din silang pananamplataya, binuhat nila ang kaibigan nila pati na ang higaan niya, isa sa bawat dulo nito, at gumawa pa ng butas sa bubong ng bahay.

Nang makita nila ang napakaraming tao na nagtitipon pagkatapos nang mahirap na paglalakbay nila at ni hindi sila makalapit kay Jesus, hindi ba lubos na nakakabalisa at nakakasira ng loob nila ito? Marahil humiling sila at nagmakaawa na sila ay padaanin. Ngunit, dahil sa dami ng tao na nagtitipon, wala talaga silang madaanan at malapit na silang panghinaan ng loob. Sa huli, nagdesisyon sila na umakyat sa bubong ng bahay kung saan naroon si Jesus, gumawa sila ng butas, at ibinaba ang kaibigan nila sa higaan niya sa harapan ni Jesus. Nakita ng lumpo si Jesus nang higit na malapit kaysa sa ibang naroroon. Sa pamamagitan ng kuwentong ito, makikita natin kung gaano ang pagnanais ng lumpo at ng mga kaibigan niya na lumapit kay Jesus.

Pansinin natin ang katotohanang ang lumpo at ang mga kaibigan niya ay hindi lang basta lumapit kay Jesus. Ang katotohanang lumapit sila kay Jesus pagkatapos marinig ang balita ay nagsasabi na naniwala sila sa balita tungkol sa Kanya at sa mensahe na itinuro Niya. At, pagkatapos ng lahat ng paghihirap, pagpapakatatag, at agresibong paglapit kay Jesus, ipinakita ng lumpo at ng mga kaibigan niya ang pagpapakumbaba nila sa harapan Niya.

Nang makita ng mga taong umakyat at gumawa ng butas sa bubungan ang mga kaibigan ng lumpo maaring nilibak sila o nagalit ang mga ito. Maaring naganap ang hindi inaasahang pangyayari. Subalit, sa limang taong ito, walang kahit na sino o kahit na ano ang makakahadlang sa kanila. Sa oras na nakita nila si Jesus, ang lumpo ay gumaling at madali na nilang bayaran o ayusin ang bubong ng bahay.

Ngunit, sa dami ng taong may sakit na malubha ngayon, mahirap hanapin sa pasyente o sa pamilya niya ang ganitong pananampalataya. Sa halip na lumapit kay Jesus, sinasabi nila, "May malubha akong karamdaman, gusto kong pumunta doon ngunit hindi ko magawa," o "Ang isang kapamilya ko ay mahina kaya hindi siya makagalaw." Nakakalungkot makita ang mga taong ayaw kumilos na parang naghihintay na lang na malaglag sa harapan nila ang prutas mula sa puno. Sa madaling salita, walang pananampalataya ang mga taong ito.

Kung ipinapahayag ng mga tao ang pananampalataya nila sa Diyos, dapat mayroon ding masigasig na pagpapakita ng pananampalataya nila. Dahil hindi niya mararanasan ang pagkilos ng Diyos sa pananampalatayang nasa isip lang, tanging sa mga gawa niya mabubuhay ang pananampalataya niya at dito itatayo ang pundasyon ng espirituwal na pananampalataya mula sa Diyos. Kaya, tulad ng lumpo na pinagaling ng Diyos dahil sa pundasyon ng pananampalataya niya, kailangan din nating maging matalino at magpakita sa Kanya ng matibay na pananampalataya upang tayo rin ay tumanggap ng espirituwal na pananampalataya mula sa Diyos at maranasan ang mga himala Niya.

4. Pinatawad ang mga kasalanan ninyo

Sa lumpo na lumapit sa harapan Niya kasama ang apat na kaibigan niya, sinabi ni Jesus, "Anak, pinatawad na ang iyong mga kasalanan," at nilutas ang problema ng kasalanan. Dahil hindi kayang tumanggap ng mga kasagutan ng isang tao kung mayroon pang humahadlang na kasalanan sa pagitan niya at ng Diyos, inayos muna ni Jesus ang problema ng kasalanan para sa lumpo, na lumapit sa Kanya na may matibay na pundasyon ng pananampalataya.

Kung tunay nating ipapahayag ang pananampalataya natin sa Diyos, sinasabi sa atin ng Biblia kung paano tayo lalapit sa Kanya at kung paano tayo kikilos. Sa pagsunod sa mga utos na "Gawin", "Huwag gawin", "Sundin", "Iwaksi", at iba pa, magiging matuwid ang makasalanang tao, at magiging tapat ang sinungaling. Kung susundin natin ang Salita ng katotohanan, ang mga kasalanan natin ay malilinis ng dugo ng ating Panginoon, at kung tumanggap tayo ng kapatawaran, ang proteksyon at kasagutan ng Diyos ay darating.

Dahil nanggagaling sa kasalanan ang lahat ng karamdaman, sa sandaling malutas ang problema sa kasalanan, makakakilos na ang Diyos. Tulad ng ilaw na nagbibigay liwanag kung may kuryente, kapag nakita ng Diyos ang pundayon ng pananampalataya ng isang tao, magpapatawad Siya at magbibigay ng pananampalataya mula sa langit, dahil dito, magkakaroon ng himala.

"Sinasabi ko sa iyo, tumayo ka, damputin mo ang iyong higaan, at umuwi ka" (Marcos 2:11). Makabagbag damdaming mga salita, hindi ba? Nang makita ang pananampalataya ng lumpo at ng mga kaibigan niya, nilutas ni Jesus ang problema nila sa kasalanan at nakalakad agad ang lumpo. Siya ay naging ganap muli pagkatapos ng mahabang panahon ng paghahangad. Sa ganito ring paraan, kung gusto nating tumanggap ng mga kasagutan hindi lang sa sakit kundi sa iba pang mga problema natin, alalahanin natin na dapat muna tayong humingi ng tawad at linisin ang mga puso natin.

Kung may maliit na pananampalataya ang isang tao,

maari silang maghanap ng solusyon sa karamdaman nila sa pamamagitan ng mga medisina at mga manggagamot, ngunit ngayong malago na ang pananampalataya nila at nagmamahal sila sa Diyos at namumuhay sa Salita Niya, hindi na sila magkakaroon ng karamdaman. Kahit na magkasakit sila, kung susuriin nila ang sarili nila, magsisisi sa kaibuturan ng puso nila at tatalikuran ang makasalanan nilang gawain, gagaling agad sila. Batid ko na marami na sa inyo ang nakaranas nang ganito.

Kamakailan lang, ang isang matanda sa aking iglesya ay nagkaroon ng 'raptured disk', at bigla na lang siyang hindi makagalaw. Inisip niya kaagad ang naging buhay niya, nagsisi, at tinanggap ang panalangin ko. Naganap ang pagpapagaling ng Diyos at muli siyang gumaling.

Noong ang kanyang anak na babae ay dumaranas ng 'pyrexia', napagtanto ng ina ng bata na ang pagiging magagalitin niya ay ang ugat ng pagdurusa ng anak, at nang magsisi siya, muling gumaling ang anak niya.

Upang mailigtas ang sangkatauhan, na patungo sa daan ng pagkawasak dahil sa pagsuway ni Adan, ipinadala ng Diyos si Jesu-Cristo sa mundong ito, at pinahintulutang Siya ay sumpain at ipako sa krus na kahoy para sa kapakanan natin. Dahil sinasabi ng Biblia, *"Kung walang pagdanak ng dugo ay walang kapatawaran ng mga kasalanan,"* (Sa Mga Hebreo 9:22) at *"Sumpain ang bawat binibitay sa punungkahoy"* (Galacia 3:13).

Ngayong alam na natin na ang problema ng karamdaman ay nagmumula sa kasalanan, dapat tayong magsisi sa lahat ng kasalanan natin at magtiwala kay Jesu-Cristo na tumubos sa atin mula sa mga karamdaman natin, at sa pamamagitan ng pananampalatayang ito dapat tayong maging malusog. Maraming mga kapatiran ngayon ang dumaranas ng paggaling, nagpapatotoo sa kapangyarihan ng Diyos, at nagpapatunay sa buhay na Diyos. Nagpapakita sa atin ito na ang sinumang tumanggap kay Jesu-Cristo at humiling sa Kanyang pangalan, magkakaroon ng kasagutan ang lahat ng problema sa karamdaman. Kahit malala na ang sakit ng isang tao, kung paniniwalaan niya sa kaibuturan ng puso niya si Jesus na pinahirapan at nagbuhos ng dugo para sa kaniya, isang kamangha-manghang pagpapagaling ang ipapakita ng Diyos.

5. Pananampalatayang Pinabuti ng Gawa

Kung nais nating makamit ang mga inaasam ng puso natin, kailangang ipakita natin sa Diyos ang pananampalataya natin na may kasamang gawa katulad ng paggaling ng lalaking lumpo sa tulong ng apat niyang kaibigan nang ipakita nila ang pananampalataya nila kay Jesus. Sa ganitong paraan, nagkakaroon ng pundasyon ng pananampalataya. Upang tulungan kayo na mas maunawaan ang "pananampalataya" magbibigay ako ng maikling paliwanag.

Sa buhay ng isang tao kay Cristo ang "pananampalataya" ay puwedeng hatiin at ipaliwanag sa dalawang kategorya. Ang "pananampalatayang pisikal" o "pananampalataya bilang kaalaman" ay tumutukoy sa kategorya kung saan naniniwala ang isang tao dahil may nakikitang pisikal na katibayan at ang Salita ay tumutugma sa kaalaman at saloobin niya. Sa kabaliktaran, tumutukoy ang "espirituwal na pananampalataya" sa kategorya kung saan nagagawang maniwala ng isang tao kahit walang nakikitang pisikal na katibayan at kahit na hindi tugma ang Salita sa kaalaman at saloobin niya.

Sa "pananampalatayang pisikal" pinaniniwalaan na ang isang bagay na nakikita ay nalilikha lamang mula sa isang bagay na nakikita rin. Sa "espirituwal na pananampalataya", na hindi maaring matamo kung hahaluan ng sariling kaalaman at saloobin, pinaniniwalaan na ang isang bagay na nakikita ay puwedeng likhain mula sa isang bagay na hindi nakikita. Kinakailangang buwagin sa huling kategorya ang sariling kaalaman at saloobin.

Mula sa kapanganakan, mayroong hindi mabilang na kaalaman ang naiilagay sa utak o isipan ng bawat tao. Ang lahat ng naririnig at nakikita niya ay naiitala. Ang lahat ng bagay na natututuhan niya sa bahay at sa paaralan ay naiitala. Ang lahat ng natututuhan niya sa kapaligiran at mga kalagayan ay naiitala din. Subalit dahil hindi lahat ng ito ay totoo, kung hindi ito aayon sa Salita ng Diyos, dapat itong iwaksi. Halimbawa, natutuhan niya sa paaralan na ang lahat ng bagay na may buhay ay nagmula sa isang 'monad' patungo sa isang 'multi-cellular' na organismo, subalit natutuhan niya sa Biblia na ang lahat ng bagay na may buhay ay nilikha ng Diyos ayon sa kanilang uri. Ano ngayon ang gagawin niya? Paulit-ulit nang isiniwalat kahit ng siyensiya ang hindi totoong teorya ng ebolusyon. Paano magiging posible kahit sa pananaw ng tao na ang isang unggoy ay naging tao at ang palaka ay naging ibon sa paglipas ng napakaraming taon? Kahit ang lohika o pangangatwiran ay umaayon sa paglikha.

Gayundin naman, kung ang "pananampalatayang pisikal" ay magiging "espirituwal na pananampalataya," at ang mga pagaalinlangan ay iwawaksi, kayo ay makakatayo na sa matibay na pundasyon ng pananampalataya. At, kung ipapahayag ninyo ang pananampalataya ninyo sa Diyos, dapat ay isagawa ninyo ang mga Salita Niya na natutuhan ninyo. Kung ipinapahayag ninyong naniniwala kayo sa Diyos, kailangang maging liwanag kayo sa pagpapanatiling Banal ng Araw ng Diyos, pagmamahal sa kapwa, at pagsunod sa Salita ng katotohanan.

Kung nanatili lang sa bahay ang lalaking lumpo sa Marcos 2, hindi siya gagaling. Pero, dahil naniwala siya na gagaling siya kung lalapit siya kay Jesus, at ipinakita niya ang pananamplataya niya dahil humanap siya ng paraan, gumaling siya. Kahit ang isang taong naghahangad na magtayo ng bahay sa tanging pananalangin lang, "Panginoon, naniniwala akong ang bahay ay maiitayo," ang isandaan o isang libong mga panalangin ay hindi makakapagtayo ng bahay. Kailangan niyang makibahagi sa paggawa, sa paghahanda ng pundasyon, paghuhukay ng lupa, pagtatayo ng mga haligi, at iba pa; sa madaling salita, kinakailangan ang "gawa."

Kung kayo o sinuman sa pamilya ninyo ay nagdurusa sa karamdaman, maniwala kayo na magpapatawad at magpapagaling ang Diyos kung makikita Niya na nagkakaisa sa pagmamahalan ang bawat miyembro ng pamilya. Ang pagkakaisang ito ang gagawin Niyang pundasyon ng pananampalataya. May mga nagsasabing dahil mayroong panahon para sa lahat ng bagay, mayroon ding panahon para gumaling. Gayon pa man, tandaan natin na ang "panahon" ay kung ang isang tao ay magkakaroon nang matibay na pundasyon ng pananampalataya sa harap ng Diyos.

Tanggapin sana ninyo ang sagot sa karamdaman ninyo at sa lahat ng kahilingan ninyo. Magbigay sana kayo ng kaluwalhatian sa Diyos, sa pangalan ng ating Panginoon, idinadalangin ko!

Kabanata 5

Kapangyarihang Magpagaling ng mga Kahinaan

Pagkatapos ay tinawag ni Jesus
ang kanyang labindalawang alagad,
at Kanyang binigyan sila
ng kapangyarihan sa masasamang espiritu,
upang kanilang mapalayas sila
at pagalingin nila ang bawat sakit at karamdaman.

Mateo 10:1

1. Kapangyarihang Magpagaling ng mga Karamdaman at Kahinaan

Maraming paraan para mapatunayan na may buhay na Diyos sa mga hindi mananampalataya, at ang pagpapagaling ng mga karamdaman ay isa sa mga paraan. Kapag gumaling ang mga taong may malalang sakit na hindi na malunasan kahit ng medisina, hindi na nila maikakaila ang kapangyarihan ng Diyos na Manlilikha. Sa halip ay maniniwala sila sa kapangyarihan Niya at magbibigay luwalhati sa Kanya.

Sa kabila ng yaman, kapangyarihan, katanyagan, at talino nila, maraming tao ngayon ang may problema sa karamdaman kaya nagdadalamhati sila. Kahit maraming karamdaman ang hindi kayang malunasan ng makabagong medisina, kung ang mga tao ay maniniwala sa makapangyarihang Diyos, mananalig sa Kanya, at ibibigay ang problema ng karamdaman sa Kanya, ang lahat ng mga karamdamang walang lunas at nakakamatay ay gagaling. Ang ating Diyos ay ang pinakamakapangyarihang Diyos, walang imposible sa Kanya, at makalilikha Siya ng bagay mula sa wala, napapamulaklak ang tuyong sanga (Mga Bilang 17:8), at bumubuhay ng patay (Juan 11:17-44).

Ang kapangyarihan ng Diyos natin ay makakapagpagaling ng kahit anong karamdaman at sakit. Sa Mateo 4:23 mababasa natin, *"At nilibot ni Jesus ang buong Galilea, na nagtuturo sa mga sinagoga nila, at ipinangangaral ang ebanghelyo ng kaharian, at nagpapagaling ng lahat ng karamdaman na nasa mga tao,"* at sa Mateo 8:17, mababasa natin, *"Ito ay upang matupad ang sinabi sa pamamagitan ni propeta Isaias: 'Kinuha Niya ang ating mga sakit at pinasan Niya ang ating mga karamdaman.'"* Sa mga talatang ito, mababasa ang tungkol sa "karamdaman", "sakit" at "kahinaan."

Dito, ang "kahinaan" ay hindi tumutukoy sa simpleng sipon o sakit dahil sa pagod. Ito ay abnormal na kalagayan ng katawan, o ng mga bahagi nito, o ng mga himaymay na naging paralisado o nanghina dahil sa aksidente o pagkakamali niya o ng mga magulang niya. Halimbawa, ang mga pipi, bingi, bulag, pilay, ang mga may polio at iba pa – ang mga hindi kayang gamutin ng dunong ng tao – ay matatawag na "kahinaan." Bilang karagdagan sa kalagayang sanhi ng aksidente o pagkakamali ng tao o ng mga magulang niya, ang situwasyon ng lalaki na ipinanganak na bulag sa Juan 9:1-3, ay isang halimbawa ng mga taong nagdurusa sa kahinaan upang maipahayag ang kaluwalhatian ng Diyos. Ngunit, ang mga situwasyong tulad nito ay madalang dahil kadalasan ito ay dahil sa kamangmangan o pagkakamali ng tao.

Kapag magsisisi ang mga tao at tatanggapin si Jesu-Cristo habang hinahangad nilang maniwala sa Diyos, ibinibigay Niya sa kanila ang Banal na Espiritu bilang handog. Magkakaroon din sila ng karapatang maging mga anak ng Diyos. Kapag nasa kanila ang Banal na Espiritu, maliban sa malala at seryosong situwasyon, karamihan sa mga karamdaman ay gumagaling. Ang katotohanang tinanggap na nila ang Banal na Espiritu ay nagpapahintulot sa apoy Niya na bumaba sa kanila at sunugin ang mga sugat nila. At kahit na nagdurusa ang isang tao sa kritikal na karamdaman, kung buong puso siyang mananalangin nang may pananampalataya, at bubuwagin niya ang pader ng kasalaan na naghihiwalay sa kanya at sa Diyos, at tatalikod siya sa gawaing makasalanan, at magsisisi, pagagalingin siya ayon pananamapalataya niya.

"Ang apoy ng Banal na Espiritu" ay tumutukoy sa bautismo ng apoy na nagaganap pagkatapos tanggapin ng isang tao ang Banal na Espiritu, at sa mata ng Diyos ito ay kapangyarihan Niya. Nang ang espirituwal na mata ni Juan Bautista ay nabuksan at nakakita, inilarawan niya ang apoy ng Banal na Espiritu bilang, "ang bautismo ng apoy." Sa Mateo 3:11, sinabi ni Juan Bautista, *"Binabautismuhan ko nga kayo sa tubig para sa pagsisisi ngunit ang dumarating na kasunod ko ay mas makapangyarihan kaysa sa akin. Hindi ako karapatdapat magdala ng Kanyang sandalyas; Kanyang babautismuhan kayo sa Espiritu Santo at sa apoy."* Ang bautismo ng apoy ay hindi dumarating sa kahit anong oras subalit kapag puspos lang ng Banal na Espiritu ang tao. Dahil ang apoy ng Banal na Espiritu ay bumababa sa taong puspos ng Banal na Espiritu, ang lahat ng mga karamdaman niya ay masusunog at magiging malusog siya.

Kapag sinusunog ng bautismo ng apoy ang sumpa ng karamdaman, halos lahat ng sakit ay gumagaling; gayon pa man, ang mga kahinaan ay hindi masusunog kahit sa pamamagitan ng bautismo ng apoy. Paano gagaling ang mga kahinaan?

Gagaling ang lahat ng kahinaan sa pamamagitan ng kapangyarihang mula sa Diyos. Kaya makikita natin sa Juan 9:32-33, *"Buhat nang magsimula ang sanlibutan ay hindi narinig kailan man na binuksan ng sinuman ang mga mata ng isang taong ipinanganak na bulag. Kung ang taong ito ay hindi galing sa Diyos, siya ay hindi makakagawa ng anuman."*

Sa Ang Mga Gawa 3:1-10 may isang tagpo na tinulungang makatayo ang isang lalaking pilay mula ng ipanganak ni Pedro at Juan, na parehong tumanggap ng kapangyarihan ng Diyos. Ang lalaking pilay ay nagmamakaawa sa may pintuan ng templo na kung tawagin ay "Maganda." Nang sabihin ni Pedro sa kanya sa talatang 6, *"Wala akong pilak at ginto, ngunit ang nasa akin ay siya kong ibinibigay sa iyo. Sa pangalan ni Jesu-Cristong taga-Nazaret, tumayo ka at lumakad!"* at hinawakan niya ang kanang kamay ng pilay na lalaki, agad lumakas ang mga paa at bukong-bukong niya at nagsimulang magpuri sa Diyos. Nang makita ng lahat na siya ay lumalakad at nagpuri sa Diyos, sila ay napuno ng pagkamangha at paghanga.

Kung gustong gumaling ng isang tao, kailangan niyang magkaroon ng pananampalataya para maniwala kay Jesu-Cristo. Kahit namamalimos lang ang lalaking pilay, dahil naniwala siya kay Jesu-Cristo, gumaling siya sa panalangin ng mga taong tumanggap ng kapangyarihan mula sa Diyos. Kaya sinasabi sa atin ng Biblia, *"At sa pamamagitan ng pananampalataya sa Kanyang pangalan, ang Kanyang pangalan ang nagpalakas sa taong ito na inyong nakikita at nakikilala. Ang pananampalataya sa pamamagitan ni Jesus ang nagkaloob sa taong ito ng ganitong sakdal na kalusugan sa harapan ninyong lahat"* (Ang Mga Gawa 3:16).

Sa Mateo 10:1 makikita natin na binigyan ni Jesus ang mga

alagad Niya ng kapangyarihan laban sa masasamang espiritu upang palayasin sila, at pagalingin ang lahat ng sakit at lahat ng karamdaman. Sa panahon ng Lumang Tipan, nagbigay ang Diyos ng kapangyarihan ng pagpapagaling ng mga karamdaman sa mga minamahal Niyang propetang sina Moises, Elias, at Eliseo; sa Bagong Tipan, ang kapangyarihan ng Diyos ay nasa mga apostol Niyang sina Pedro at Pablo at sa mga tapat na manggagawa na sina Esteban at Felipe.

Sa oras na matanggap ng tao ang kapangyarihan ng Diyos walang imposible dahil mapapatayo niya ang mga lumpo, mapapagaling ang mga may polio para makakalakad sila, ang mga bulag ay makakakita, mabubuksan ang mga tainga ng mga bingi at makakapagsalita ang mga pipi.

2. Iba't ibang Paraan para Pagalingin ang mga Kahinaan

1) Pinagaling ng Kapangyarihan ng Diyos ang Isang Lalaking Bingi at Pipi.

Sa Marcos 7:31-37 ay may isang tagpo na pinagaling ng kapangyarihan ng Diyos ang isang lalaking bingi at pipi. Nang dalhin ng mga tao ang lalaking ito kay Jesus at nakiusap sa Kanya na ipatong ang kamay Niya sa lalaki, inilayo ni Jesus ang lalaki sa karamihan ng tao at isinuot ang mga daliri Niya sa mga tainga nito. Pagkatapos, dumura Siya at hinipo ang dila ng lalaki. Tumingala Siya sa langit, huminga ng malalim at sinabi sa kanyang, *"Effata!"*

(na ang ibig sabihin ay 'mabuksan') (t. 34). Agad-agad ang tainga ng lalaki ay nagbukas, at nakapagsalita siya nang malinaw.

Maaari bang ang Diyos, na lumikha ng lahat ng bagay sa sansinukob sa pamamagitan ng Salita Niya, ay hindi mapagaling ang lalaki sa pamamagitan din ng Salita? Bakit inilagay ni Jesus ang daliri Niya sa tainga ng lalaki? Dahil hindi makarinig ng tunog at gumagamit lang ng mga senyas ang taong bingi. Ang taong ito ay hindi magkakaroon nang pananampalataya tulad ng iba kahit na magsalita si Jesus. Dahil alam ni Jesus na walang pananampalataya ang lalaki, inilagay Niya ang daliri Niya sa tainga ng lalaki para magkroon siya ng pananampalataya na siya ay gagaling. Ang pinakamahalagang saligan ay ang pananampalataya na siya ay naniniwala na siya ay gagaling. Kayang pagalingin ni Jesus ang lalaki sa pamamagitan ng Salita Niya ngunit dahil hindi nakakarinig ang lalaki, binigyan siya ni Jesus nang pananampalataya at pinagaling siya sa pamamagitan ng paraang ito.

Bakit dumura si Jesus bago Niya hipuin ang dila ng lalaki? Dumura si Jesus dahil masamang espiritu ang naging dahilan ng pagkapipi ng lalaki. Kung may dumura sa mukha ninyo nang walang dahilan, paano ninyo tatanggapin ito? Ito ay nagpapakita ng pagka-walang modo at ugaling imoral na pagbabalewala ng pagkatao. Ang pagdura ay sumisimbolo ng kawalan ng respeto sa isang tao, dumura si Jesus upang palayasin ang masamang espiritu.

Sa Genesis, mababasa natin na isinumpa ng Diyos ang ahas na kakain ng alabok habang siya ay nabubuhay. Ito ay tumutukoy sa sumpa ng Diyos sa kaaway na diyablo at Satanas, na nagsulsol sa ahas, na sirain ang tao na nagmula sa alabok. Kaya, magmula noong panahon ni Adan ang kaaway na diyablo ay nagsusumikap na sirain ang tao at humahanap ng mga pagkakataon na pahirapan at pinsalain ang tao. Tulad ng mga langaw, lamok, at mga uod na naninirahan sa maruruming lugar, naninirahan ang kaaway na diyablo sa puso ng tao na puno ng kasalanan, kasamaan, at galit. Kailangan nating mapagtanto na tanging ang mga nabubuhay at kumikilos ayon sa Salita ng Diyos ang maaring gumaling sa mga karamdaman nila.

2) **Pinagaling ng Kapangyarihan ng Diyos ang Taong Bulag.** Sa Marcos 8:22-25, mababasa natin ang mga sumusunod:

Dumating sila sa Bethsaida. At dinala nila sa Kanya ang isang lalaking bulag at ipinakiusap sa Kanyang hipuin siya. Hinawakan Niya sa kamay ang lalaking bulag at dinala Niya sa labas ng nayon. Nang maduraan ang kanyang mga mata at maipatong ang Kanyang mga kamay sa kanya, Kanyang tinanong siya, "May nakikita ka bang anuman?" Tumingala ang lalaki at nagsabi, "Nakakakita ako ng mga tao, na parang mga punungkahoy na naglalakad." Saka ipinatong na muli sa kanyang mata ang Kanyang mga kamay; siya'y tumitig at bumalik ang kanyang paningin. Nakita niya ang lahat ng bagay na maliwanag.

Nang manalangin si Jesus para sa lalaking bulag, dinuraan Niya ang mga mata ng lalaki. Bakit hindi siya kaagad nakakita sa unang panalangin ni Jesus sa halip ay sa pangalawa? Sa pamamagitan ng kapangyarihan Niya, mapapagaling agad ni Jesus ang lalaki ngunit dahil ang pananampalataya ng lalaki ay maliit, nanalangin si Jesus ng ikalawang beses para tulungan siyang magkaroon ng pananampalataya. Sa pamamagitan nito, itinuturo sa atin ni Jesus na kung hindi gagaling ang tao sa unang beses na sila ay ipanalangin, kailangan pa silang ipanalangin ng dalawa, tatlo, o kahit apat na beses hanggang ang binhi ng pananampalataya, na siyang tutulong sa paniniwala sa paggaling nila ay maitanim.

Paulit-ulit na nanalangin si Jesus, na makakagawa ng mga imposibleng bagay, dahil batid Niya na hindi gagaling ang lalaki sa pamamagitan ng pananampalataya niya. Ano ang dapat nating gawin? Sa pamamagitan ng higit na pagsusumamo at pananalangin, magtiis tayo hanggang gumaling tayo.

Sa Juan 9:6-9 may isang lalaking bulag mula nang siya ay ipanganak at gumaling pagkatapos dumura ni Jesus sa lupa, gumawa ng putik sa pamamagitan ng laway Niya, at inilagay sa mga mata ng lalaki. Bakit pinagaling ni Jesus ang lalaki sa pamamagitan nito? Ang laway dito ay hindi tumutukoy sa maruming bagay; dumura si Jesus sa lupa para gumawa ng putik at inilagay iyon sa mata ng lalaki. Ginamit Niya ang laway Niya dahil walang tubig. Ginagawa ito ng mga magulang bilang haplos ng pagmamahal sa mga masasakit na nararamdaman ng mga anak nila, tulad ng pigsa o mga pantal na sanhi ng kagat ng mga insekto. Dapat nating maunawaan ang pag-ibig ng ating Panginoon na gumamit ng iba't ibang paraan para tulungan ang mahihina na magkaroon ng pananampalataya.

Nang maipahid ni Jesus ang putik sa mga mata ng lalaking bulag, naramdaman niya ito at nagkaroon siya ng pananampalatayang nakapagpagaling sa kanya. Pagkatapos bigyan ni Jesus ng pananampalataya ang lalaking bulag na may maliit na pananampalataya, binuksan Niya ang mga mata ng lalaki sa pamamagitan ng kapangyarihan Niya.

Sinasabi ni Jesus, *"Malibang makakita kayo ng mga tanda at mga kababalaghan ay hindi kayo mananampalataya,"* (Juan 4:48). Ngayon, imposible nang tulungan ang mga tao na magkaroon ng pananampalatayang batay lang sa Salita ng Diyos at walang nakikitang mga himala ng paggaling at kababalaghan. Sa panahong ang siyensiya at talino ng tao ay sumusulong nang mabilis, napakahirap na magkaroon ng espirituwal na pananampalataya para maniwala sa Diyos na hindi nakikita. Madalas nating marinig ang mga katagang, "Dapat makita, bago maniwala", ang pananampalataya ng tao ay lalago at ang pagpapagaling ay maisasakatuparan nang mabilis kung may makikitang ebidensya ng buhay na Diyos, kaya ang mga "tanda at kababalaghan" ay kailangang-kailangan.

3) Pinagaling ng Kapangyarihan ng Diyos ang Lumpo.

Habang ipinapangaral ni Jesus ang Mabuting Balita at nagpapagaling ng mga taong nagdurusa mula sa iba't ibang uri ng sakit at karamdaman, ipinakita rin ng mga alagad Niya ang kapangyarihang mula sa Diyos.

Nang utusan ni Pedro ang lumpong lalaking namamalimos, *"Sa pangalan ni Jesu-Cristong taga-Nazaret, tumayo ka at lumakad"* at hinawakan ang kanang kamay niya, agad na lumakas ang mga paa at bukong-bukong ng lalaki (Ang Mga Gawa 3:6-10). Habang nakikita ng mga tao ang mahimalang mga tanda at kababalaghan na inihahayag ni Pedro pagkatapos tanggapin ang kapangyarihan ng Diyos, mas maraming tao ang lumapit at naniwala sa Diyos. Dinala nila ang may mga sakit sa kalye at inihiga sila sa mga banig upang kahit ang anino man lang ni Pedro ay madaanan sila. May mga tao ring nagtipon mula sa mga bayan sa paligid ng Jerusalem, dala ang mga may sakit at ang lahat ng sinasapian at pinapahirapan ng mga demonyo, at lahat sila ay gumaling (Ang Mga Gawa 5:14-16).

Sa Ang Mga Gawa 8:5-8 mababasa natin, *"Si Felipe ay bumaba sa bayan ng Samaria at ipinangaral sa kanila ang Cristo. Ang maraming tao ay nagkakaisang nakikinig sa mga sinasabi ni Felipe nang kanilang marinig siya at makita ang mga tanda na ginagawa niya. Sapagkat lumabas ang masasamang espiritu sa maraming sinapian na nagsisisigaw nang malakas; at maraming lumpo at pilay ang pinagaling. At nagkaroon ng malaking kagalakan sa lungsod na iyon."*

Sa Ang Mga Gawa 14:8-12, mababasa natin ang lalaking pilay mula nang ipinanganak siya. Pagkatapos niyang makinig ng mensahe ni Pablo at magkaroon ng pananampalataya para maligtas, nang sabihin ni Pablo, *"Tumayo ka!"* (t. 10) agad tumalon ang lalaki at nagsimulang lumakad. Sinabi ng mga nakakita sa pangyayaring ito, *"Ang mga diyos ay bumaba sa atin sa anyo ng mga tao!"* (t. 11)

Sa Ang Mga Gawa 19:11-12 makikita natin, *"Gumagawa ang Diyos ng mga di-pangkaraniwang himala sa pamamagitan ng mga kamay ni Pablo, kaya't nang ang mga panyo o mga tapis na napadikit sa kanyang katawan ay dinadala sa mga maysakit, nawawala sa kanila ang sakit, at lumalabas sa kanila ang masasamang espiritu."* Kahanga-hanga at kamangha-mangha ang kapangyarihan ng Diyos.

Sa pamamagitan ng mga taong nakamit na ang pusong banal at lubos na pag-ibig tulad nina Pedro, Pablo, at mga Diakonong sina Felipe at Esteban, ang kapangyarihan ng Diyos ay nakikita kahit ngayon. Kung ang mga tao ay lalapit sa Diyos ng may pananampalatayang gagaling ang mga kahinaan nila, maari silang gumaling sa pamamagitan ng panalangin ng mga lingkod ng Panginoon.

Magmula ng itatag ang Manmin, hinayaan ng buhay na Diyos na magpakita ako ng mga mahimalang tanda at kababalaghan, magtanim ng pananampalataya sa puso ng mga miyembro, at magdala nang malaking pagbabago.

Minsan may isang babae na biktima nang pambubugbog ng kanyang asawang lasenggo. Nang maparalisa ang mga ugat sa mga mga mata niya pagkatapos ng matinding pang-aabuso at nawalan na ng pag-asang magamot pa siya ng mga doktor, nagtungo ang babae sa Manmin matapos niyang marinig ang balita tungkol dito. Dahil sa masigasig niyang pagdalo sa pagsamba at panalangin para gumaling, tinanggap niya ang panalangin ko kaya nakakita siyang muli. Lubos na pinagaling ng kapangyarihan ng Diyos ang mga ugat sa mata niya na ipinalagay na wala nang pag-asa.

May isa pang pangyayaring may isang lalaki na dumanas ng matinding pinsala dahil walong buto sa gulugod niya ay nadurog. Dahil dito ang bandang ibabang bahagi ng katawan niya ay naging paralisado at halos putulin na ang dalawang binti niya. Pagkatapos tanggapin si Jesu-Cristo, hindi na ito kinailangang putulin subalit kailangan pa rin niyang gumamit ng mga saklay. Sinimulan niyang dumalo sa mga pulong panalangin ng Manmin at habang nasa Magdamag na Pagsamba tuwing Biyernes, nang tanggapin niya ang panalangin ko, itinapon ng lalaki ang mga saklay niya, lumakad, at naging mangangaral ng Mabuting Balita.

Ang kapangyarihan ng Diyos ay nakakapagpagaling ng mga kahinaan na hindi mapagaling ng medisina. Sa Juan 16:23, si Jesus ay nangako sa atin, *"Sa araw na iyon ay hindi na kayo magtatanong sa akin ng anuman. Katotohanang sinasabi ko sa inyo, kung kayo'y hihingi ng anuman sa Ama sa aking pangalan ay ibibigay niya sa inyo."*

Maniwala sana kayo sa kamangha-manghang kapangyarihan ng Diyos, hanapin ito ng maalab, tanggapin ang sagot sa lahat ng problema sa inyong karamdaman, at maging tagapagpahayag ng Mabuting Balita ng Makapangyarihang Diyos na Buhay, sa pangalan ng Panginoon, idinadalangin ko ito!

Kabanata 6

Mga Paraan ng Pagpapagaling sa Sinasapian ng Demonyo

Nang pumasok Siya [Jesus] sa bahay,
palihim na tinanong Siya ng Kanyang mga alagad,
"Bakit hindi namin iyon napalayas?"
Sinabi Niya sa kanila,
"Ang ganitong uri ay napapalayas lamang
sa pamamagitan ng panalangin."

Marcos 9:28-29

1. Manlalamig ang Pag-ibig Sa mga Huling Araw

Ang patuloy na pagsulong ng modernong sibilisasyon na may kinalaman sa siyensiya at ang pag-unlad ng industriya ay nagdulot sa tao ng kaginhawahan at pakinabang. Samantala, dahil din sa dalawang ito nagkalayu-layo ang mga damdamin, umapaw ang kasakiman, pandaraya, mababang pagtingin sa sarili, ang pag-ibig ay nanlamig at ang pang-unawa at pagpapatawad ay mahirap nang hanapin.

Tulad nang sinabi sa Mateo 24:12, *"Dahil sa paglaganap ng kasamaan, ang pag-ibig ng marami ay lalamig,"* sa panahon na nagtatagumpay ang kasamaan at nanlalamig ang pag-ibig, isa sa mga pinakamalaking problema sa lipunan natin ngayon ay ang dumadaming bilang ng mga taong may sakit sa isip tulad ng 'nervous breakdown' at 'schizophrenia'.

Inihihiwalay ng mga institusyon para sa mga may sakit sa pag-iisip ang mga pasyente na hindi kayang mabuhay ng normal subalit hindi pa rin sila makahanap ng tamang lunas. Kung walang pababago sa paglipas ng maraming taong gamutan, nanghihina at napapagod na ang mga pamilya nila at kadalasan ay binabalewala at pinapabayaan na lang nila ang mga pasyente na parang mga ulila. Hindi makakilos o makagawa tulad ng mga normal na tao ang mga pasyenteng ito na nahiwalay at walang pamilya. Kahit nangangailangan sila nang tunay na pag-ibig mula sa mga mahal nila sa buhay, kakaunti ang nagpapakita ng pagmamahal sa mga taong ito.

Mababasa natin sa Biblia ang maraming pagkakataon na si

Jesus ay nagpagaling ng mga taong sinapian ng demonyo. Bakit pa ito isinulat sa Biblia? Habang papalapit na ang pagwawakas ng panahon, ang pag-ibig ay nanlalamig at pinapahirapan ni Satanas ang mga tao, na nagiging dahilan ng sakit nila sa pag-iisip, at inaangkin sila ng diyablo na mga anak niya. Pinapahirapan, binibigyan ng sakit, ginugulo, at dinudungisan ng kasalanan at kasamaan ang pag-iisip nila. Dahil ang lipunan ay lugmok sa kasalanan at kasamaan, ang mga tao ay mabilis mainggit, mag-away, magalit, at pumatay ng kapwa. Habang papalapit na ang mga huling araw, kailangan ng mga Cristianong makilala ang katotohanan mula sa kasinungalingan, ingatan ang pananampalataya nila, at magkaroon ng malusog na katawan at pag-iisip.

Tingnan natin ang dahilan ng mga pagpapahirap ni Satanas, at ang dumaraming mga taong sinasapian niya at ng mga demonyo. Nagdurusa sila sa sakit sa isip kahit malaki na ang ipinagbago ng modernong lipunan at sumulong na ang kaalaman sa siyensya ng sibilisasyon.

2. Ang Proseso ng Pagsapi sa Tao ni Satanas

Ang bawat isang tao ay may konsiyensya at halos lahat ng tao ay kumikilos at nabubuhay ayon sa kanilang konsiyensya. Ngunit ang bawat isa ay may sariling pamantayan ng konsiyensya kaya ang kalalabasang resulta ay iba-iba rin. Ito ay dahil ipinanganak at pinalaki ang bawat tao sa iba-ibang kapaligiran at kalagayan, nakita, narinig, at natutuhan nila ang iba-ibang bagay mula sa mga magulang, tahanan, at paaralan nila, at nagkaroon ng iba-ibang kaalaman.

Sa isang banda, sinasabi sa atin ng Salita ng Diyos, na siyang katotohanan, *"Huwag kang padaig sa masama, kundi daigin mo ng mabuti ang masama"* (Mga Taga-Roma 12:21), at hinihimok tayong, *"Huwag ninyong labanan ang masamang tao; At kung ikaw ay sampalin ng sinuman sa kanang pisngi, iharap mo rin sa kanya ang kabila"* (Mateo 5:39). Dahil itinuturo ng Salita ang pag-ibig at pagpapatawad, ang batayang 'panalo kahit talo' ay nabuo. Sa kabilang banda, kung natutuhan ng isang tao na dapat siyang gumanti kung siya ay sinaktan, ang gagamitin niyang batayan ay 'ang lumaban ay katapangan habang ang pag-iwas nang hindi man lang lumaban ay kaduwagan'. Tatlong mahahalagang bagay ang bubuo ng magkakaibang konsiyensya sa magkakaibang tao – ang batayang ginagamit nila sa pagpapasiya; kung sila ay mabuti o masama; at kung gaano na ang pakikipagkasundo nila sa mundo.

Dahil ang mga tao ay may iba-ibang pamumuhay kaya iba-iba rin ang konsiyensya nila, ginagamit ng kaaway ng Diyos na si Satanas ang pagkakaiba-ibang ito para tuksuhin ang mga tao na mamuhay ayon sa makasalanang likas nila at hindi ayon sa katuwiran at kabutihan, sa pamamagitan ng paglalagay ng kasamaan sa isipan nila at pag-udyok sa kanila na magkasala.

Naglalaban sa puso ng tao ang hangad ng Banal na Espiritu na mabuhay sila ayon sa batas ng Diyos, at ang hangad ng makasalanang likas na namimilit sa tao na hanapin ang makakapagpasaya sa laman. Kaya hinihimok tayo ng Diyos sa Galacia 5:16-17, *"Subalit sinasabi Ko, lumakad kayo ayon sa Espiritu, at huwag ninyong bigyang-kasiyahan ang mga pagnanasa ng laman. Sapagkat ang laman ay nagnanasa laban sa Espiritu, at ang Espiritu ay laban sa laman; sapagkat ang mga ito ay laban sa isa't isa, upang hindi ninyo magawa ang mga bagay na nais ninyong gawin."*

Kung tayo ay mabubuhay ayon sa nais ng Banal na Espiritu mamanahin natin ang kaharian ng Diyos; kung susundin natin ang pagnanasa ng makasalanang likas at hindi isasabuhay ang Salita ng Diyos, hindi natin mamanahin ang kaharian Niya. Ito ang dahilan kung bakit nagbabala ang Diyos sa atin sa Galacia 5:19-21:

> *Ngayon ay hayag ang mga gawa ng laman, ang mga ito ay pakikiapid, karumihan, kahalayan, pagsamba sa diyus-diyosan, pangkukulam, alitan, pagtatalo, paninibugho, pagkagalit, pagkamakasarili, pagkakabaha-bahagi, mga pagkakampi-kampi, pagkainggit, paglalasing, kalayawan at ang mga katulad nito. Binabalaan Ko kayo, gaya ng Aking pagbabala noong una sa inyo, na ang mga gumagawa ng gayong mga bagay ay hindi magmamana ng kaharian ng Diyos.*

Paano sinasapian ng mga demonyo ang mga tao?

Naglalagay si Satanas ng mga pagnanasa sa isipan ng isang taong may pusong puno ng makasalanang likas. Kung hindi niya mapipigil ang nasa isipan niya at gagawa siya ng kasalanan, mananatili ang kasalanan sa puso niya at lalo siyang magiging masama. At kung ito'y magpapatung-patong, hindi na mapipigilan ng taong ito ang sarili niya kaya gagawin na ang lahat ng iutos sa kanya ni Satanas. Ang taong ito ay sinasabing 'sinapian' ni Satanas.

Halimbawa, sabihin nating may isang tamad na lalaki na ayaw magtrabaho, mas gusto pa niyang uminom at sayangin ang oras niya. Uutusan at pangungunahan ni Satanas ang isip niya para mananatili siya sa pag-inom at pagsasayang ng oras, at isiping pabigat lang ang pagtatrabaho. Ilalayo din siya ni Satanas sa kabutihan na siyang katotohanan, nanakawin ang lakas niya at ang hangad niyang pagbutihin ang buhay niya, at gagawin siyang walang kuwenta at walang pakinabang na tao.

Habang namumuhay siya at kumikilos ayon sa kalooban ni Satanas, hindi na makakatakas ang taong ito. Higit pa riyan, habang pasama ng pasama ang puso niya at sumuko na siya sa kasamaan, gagawin na niya kung ano ang gusto niya. Kung gusto niyang magalit, magagalit siya hanggang gusto niya; kung gusto niyang makipag-away at makipagtalo, makikipag-away at makikipagtalo siya, at kung gusto niyang maglasing, hindi niya mapipigilan ang sarili niya sa pag-inom ng alak. Kapag lumala ito, dadating ang oras na hindi na niya mapipigil ang isip at puso niya. Makikita niya na ang lahat ng ginagawa niya ay labag sa kalooban niya. Pagkatapos, magiging pag-aari na siya ng mga demonyo.

3. Ang Dahilan Kung Bakit Sinasapian ng Demonyo

Mayroong dalawang pangunahing dahilan kung bakit tinutukso ni Satanas ang isang tao at pagkatapos ay sasapian na ng mga demonyo.

1) Mga Magulang

Kung tinalikuran na ng mga magulang ang Diyos, sumamba sa mga diyus-diyosan na kinapopootan at kasuklam-suklam para sa Kanya, o gumawa ng isang bagay na napakasama, ang puwersa ng kasamaan ay papasok sa mga anak nila, at kung pababayaan ito, sasapian na sila ng demonyo. Sa ganitong situwasyon, kinakailangang lumapit sa Diyos ang mga magulang, magsisi ng lubos sa mga kasalanan nila, talikuran ang kanilang mga makasalanang gawain, at magsumamo sa Diyos para sa kapakanan ng mga anak nila. Makikita ng Diyos ang nilalaman ng puso ng mga magulang at magpapagaling, nang sa ganoon, mapatid ang tanikala ng kawalan ng katarungan.

2) Ang Sarili

Maaari ding sapian ng mga demonyo ang isang tao hindi lang dahil sa mga magulang niya kundi dahil din sa kasinungalingan, kasamaan, pagmamataas niya, at marami pang iba. Dahil hindi niya magawang manalangin at magsisi, kung ipapanalangin siya ng isang lingkod na binigyan ng kapangyarihan ng Diyos, ang tanikala ng kasalanan ay mapapatid. Kung napalayas na ang mga demonyo at naibalik na siya sa tamang pag-iisip, dapat siyang turuan ng Salita ng Diyos upang ang puso niyang lubog sa kasalanan at kasamaan ay maging malinis at maging pusong puno ng katotohanan.

Kaya kung mayroong miyembro ng pamilya o kamag-anak ang sinasapian ng demonyo, dapat magtalaga ang pamilya ng isang tao na mananalangin para sa kanya. Ito ay dahil kontrolado ng demonyo ang puso at isipan ng taong sinasapian niya at hindi siya makakagawa ng mga bagay na gusto niya. Hindi siya makapanalangin o kahit makinig sa Salita ng katotohanan; kaya hindi siya makapamuhay ayon sa katotohanan. Samakatwid, dapat siyang ipanalangin ng buong pamilya o kahit ng isang miyembro lang nang may pag-ibig at awa upang ang kapamilyang ito ay mamuhay nang mayroong pananampalataya. Kapag nakita ng Diyos ang malasakit at pagmamahal sa pamilyang iyon, magpapagaling Siya. Sinabi sa atin ni Jesus na ibigin ang ating kapwa ng gaya ng iyong sarili (Lucas 10:27). Kung hindi natin magawang ipanalangin ang miyembro ng sariling pamilya natin na sinasapian ng demonyo, paano sasabihing mahal natin ang ating kapwa?

Kapag nakita ng mga kapamilya at mga kaibigan ng sinasapian ng demonyo ang dahilan at magsisisi, mananalangin ng may pananampalataya sa kapangyarihan ng Diyos, maglalaan ng pagmamahal, at maghahasik ng pananampalataya, mapapalayas ang puwersa ng mga demonyo. Ang mahal nila sa buhay ay magbabago patungo sa pamumuhay sa katotohanan. Siya ay iingatan at pangangalagaan ng Diyos laban sa mga demonyo.

4. Mga Paraan Para Pagalingin ang mga Taong Sinapian ng mga Demonyo

Maraming bahagi sa Biblia ang tungkol sa kuwento ng pagpapagaling sa mga taong sinapian ng demonyo. Siyasatin natin kung paano sila pinagaling.

1) Dapat ninyong labanan ang mga puwersa ng demonyo.

Sa Marcos 5:1-20 may isang lalaking sinapian ng masamang espiritu. Ipinaliwanag ang tungkol sa kanya sa mga talatang 3 at 4, sinasabing, *"Siya'y naninirahan sa mga libingan at wala nang makapigil sa kanya kahit na may tanikala. Sapagkat madalas na siya'y ginagapos ng mga kadena at mga tanikala ngunit nilalagot niya ang mga tanikala, at pinagpuputol-putol ang mga kadena. Walang taong may lakas na makasupil sa kanya."* Mababasa din natin sa Marcos 5:5-7, *"Sa gabi't araw ay palagi siyang nagsisisigaw sa mga libingan at sa mga kabundukan, at sinusugatan ang sarili ng mga bato. Nang matanaw niya si Jesus sa malayo, tumakbo siya at si Jesus ay kanyang sinamba. Siya'y sumigaw ng may malakas na tinig,*

'Ano ang pakialam Mo sa akin, Jesus, Anak ng kataas-taasang Diyos? Ipinapakiusap ko sa Iyo, alang-alang sa Diyos, na huwag Mo akong pahirapan." Ito ang sagot niya sa iniutos ni Jesus na, *"Lumabas ka sa taong iyan, ikaw na masamang espiritu!"* (t. 8) Makikita sa tagpong ito na kilala ng masamang espiritu si Jesus bilang Anak ng Diyos kahit ang ibang tao ay hindi at batid niya ang kapangyarihan Niya.

Nagtanong muli si Jesus, *"Ano ang pangalan mo?"* At sumagot ang sinapian ng demonyo, *"Lehiyon ang pangalan ko, sapagkat marami kami"* (t. 9). Nagmakaawa sila nang paulit-ulit na huwag silang paalisn sa lupain. At naki-usap muli sila na papuntahin na lang sila sa mga baboy. Itinanong ni Jesus ang pangalan nila hindi dahil hindi Niya alam ito kundi bilang isang taga-hatol na nagtatanong sa masamang espiritu. Higit pa riyan, ang "Lehiyon" ay nangangahulugang maraming demonyo ang humahawak sa lalaki.

Pinahintulutan ni Jesus ang "Lehiyon" na pumasok sa mga baboy, na agad bumulusok sa matarik na bangin patungong dagat at nalunod. Kapag magpapalayas tayo ng mga demonyo, kailangan nating gawin ito sa Salita ng katotohanan, na sinisimbolo ng tubig. Nang makita ng mga tao ang lalaki na dati ay hindi napigilan sa pamamagitan ng lakas nila, na gumaling na ng lubos, na nakaupo doon na may damit at nasa tamang pag-iisip, natakot sila.

Paano natin papalayasin ang demonyo sa panahong ito?

Dapat silang palayasin sa pamamagitan ng pangalan ni Jesu-Cristo patungo sa tubig, na sumisimbolo ng Salita, o sa apoy, na sumisimbolo sa Banal na Espiritu, para mawalan sila ng lakas. Ngunit, dahil espirituwal na nilikha ang mga demonyo, lalayas sila kung mananalangin ang isang taong may kapangyarihang magpalayas ng demonyo. Kung susubok ang isang taong walang pananampalataya na palayasin sila, mamaliitin siya ng mga demonyo at hahamakin lang siya. Kaya, para mapagaling ang isang taong sinasapian ng demonyo, dapat siyang ipanalangin ng isang lingkod ng Diyos na may kapangyarihang magpalayas sa kanila.

Gayon pa man, kung minsan hindi mapapalayas ang demonyo kahit na lingkod ng Diyos ang magpapalayas sa pangalan ni Jesu-Cristo. Ito ay dahil ang taong sinapian ng demonyo ay lumapastangan o nagsalita laban sa Banal na Espiritu (Mateo 12:31; Lucas 12:10). Ang paggaling ay hindi maipapakita sa ilang mga taong sinapian ng demonyo kung sinasadya nilang magkasala pagkatapos tanggapin ang lubos na pagkilala sa katotohanan (Sa Mga Hebreo 10:26).

Higit pa riyan, sa Sa Mga Hebreo 6:4-6 mababasa natin, *"Sapagkat hindi mangyayari na ang mga dating naliwanagan na, at nakalasap ng kaloob ng kalangitan, at mga naging kabahagi ng Espiritu Santo, at nakalasap ng kabutihan ng salita ng Diyos, at ng mga kapangyarihan ng panahong darating, at pagkatapos ay tumalikod ay muling panumbalikin sa pagsisisi yamang sa kanilang sarili ay muli nilang ipinapako sa krus ang Anak ng Diyos, at itinataas sa kahihiyan."*

Ngayong batid na natin ito, kailangan nating magsikap na huwag magkasala ng walang kapatawaran. Dapat din nating kilalanin batay sa katotohanan kung maaring pagalingin sa panalangin o hindi ang isang taong sinasapian ng demonyo.

2) Palakasin ang Sarili sa Katotohanan.

Sa oras na mapalayas na ang demonyo mula sa kanila, dapat nilang punuin ang puso nila ng buhay at katotohanan sa pamamagitan ng masigasig na pagbabasa ng Biblia, pagpupuri, at pananalangin. Kahit napalayas na ang mga demonyo, kung magpatuloy sila sa pagkakasala at hindi pinapalakas ang sarili sa katotohanan, babalik ang demonyo at sa pagkakataong ito, magsasama pa sila ng mga demonyo na mas masasama. Dapat nating tandaan na ang kundisyon ng tao ay mas magiging malala kaysa sa unang pagkakataong sinapian sila ng demonyo.

Sa Mateo 12:43-45, sinabi ni Jesus ang mga sumusunod:

> *Kayat nang makalabas mula sa isang tao ang maruming espiritu, nagpagala-gala ito sa mga dakong walang tubig na humahanap ng mapapagpahingahan ngunit wala siyang matagpuan. Kayat sinasabi niya, 'Babalik ako sa aking bahay na pinanggalingan.' Pagdating niya ay natagpuan niya itong walang laman, nawalisan at naiayos na. Pagkatapos ay umalis siya, at nagsasama pa ng pitong espiritu na higit na masama kaysa kanya, at sila'y pumapasok at*

naninirahan doon; at ang huling kalagayan ng taong iyon ay naging masahol pa kaysa una. Gayundin ang mangyayari sa masamang lahing ito.

Hindi padalus-dalos ang pagpapalayas sa mga demonyo. At saka, matapos na mapalayas ang demonyo, dapat unawain ng mga kaibigan at ng pamilya ng taong sinapian ng demonyo na nangangailangan ngayon ang taong ito ng pag-aalaga at higit na pagmamahal kaysa dati. Alagaan siya ng may pagmamalasakit at sakripisyo at palakasin siya sa katotohanan hanggang siya ay tuluyang gumaling.

5. Lahat ay Posible para sa Taong Nananampalataya

Sa Marcos 9:17-27 ay may isang salaysay tungkol sa pagpapagaling ni Jesus sa isang batang lalaki na sinapian ng isang piping espiritu na naging sanhi ng pagdurusa niya sa 'epilepsy' dahil nakita Niya ang pananampalataya ng ama ng bata. Siyasatin natin kung paano gumaling ang anak.

1) Dapat ipakita ng pamilya ang pananampalataya nila.

Ang anak sa Marcos 9 ay pipi at bingi mula pa sa kanyang pagkabata dahil sa pagsapi sa kanya ng demonyo. Hindi siya makaintindi at imposible siyang makausap. Higit pa riyan, napakahirap sabihin kung kailan at saan mangyayari ang pag-atake ng 'epilepsy'. Kaya palaging may takot at pagdurusa ang ama niya at lahat ng pag-asa sa buhay ay nawala na.

Pagkatapos, narinig ng ama ang balita na may isang lalaking taga-Galilea na nagpapakita ng mga himalang bumubuhay ng patay, at pagpapagaling ng iba't ibang uri ng karamdaman. Nagkaroon ng pag-asa ang nalulungkot na ama. May paniwala siya na kung tama ang balitang narinig, mapapagaling din ng lalaking taga-Galilea ang anak niya. Sa pagbabaka sakali, dinala ng ama ang anak niya sa Panginoong Jesus at sinabi sa Kanya, *"..kung mayroon Kang bagay na magagawa, maawa Ka sa amin at tulungan Mo kami"* (Marcos 9:22).

Nang marinig ni Jesus ang maalab na hiling ng ama, sinabi Niya, *"Kung kaya mo? Ang lahat ng bagay ay maaaring mangyari sa kanya na nananampalataya,"* (t. 23) at pinagalitan ang ama dahil sa maliit niyang pananampalataya. Narinig ng ama ang balita ngunit hindi lubos ang paniniwala ng puso niya. Kung nalaman ng ama na si Jesus bilang Anak ng Diyos ay makapangyarihan at ang Siyang katotohanan, hindi niya sasabihin ang "Kung." Upang turuan tayo na imposibleng malugod ang Diyos kung walang pananampalataya at imposibleng tumanggap ng mga kasagutan nang walang lubos na pananampalataya na tutulong sa tao para maniwala, sinabi ni Jesus, "Kung kaya mo?" habang pinagsasabihan ang ama dahil sa 'maliit na pananampalataya' niya.

Ang pananampalataya ay maaring hatiin sa dalawang uri. Sa "pananampalatayang pisikal" o "pananampalataya sa isip," maaring maniwala ang isang tao sa mga bagay na nakikita niya. Ang uri ng pananampalatayang ang isang tao ay naniniwala kahit hindi niya nakikita ay "espirituwal na pananampalataya," "tunay na pananampalataya," "buhay na pananampalataya," o "pananampalatayang may gawa." Ang pananampalatayang ito ay makakagawa ng isang bagay mula sa wala. Ang kahulugan ng *"pananampalataya" ayon sa Biblia ay "ang katiyakan sa mga bagay na inaasahan, ang paninindigan sa mga bagay na hindi nakikita"* (Sa Mga Hebreo 11:1).

Kung nagdurusa ang mga tao sa karamdaman na kayang pagalingin ng tao, gagaling sila dahil susunugin ng apoy ng Banal na Espiritu ang karamdaman nila kapag nagpakita sila ng pananampalataya at puspos sila ng Banal na Espiritu. Kung isang bagong mananampalataya ang magkakasakit, maaari siyang gumaling kung bubuksan niya ang puso niya, makikinig sa Salita at ipapakitang may pananampalataya siya. Kung isang matagal nang Cristianong may pananampalataya ang magkakasakit, gagaling siya kapag magbabago siya at magsisisi.

Kapag nagdurusa ang mga tao sa mga karamdaman na hindi puwedeng pagalingin ng medisina at siyensya, kailangan nilang magpakita ng pananampalataya na higit na mas malaki. Kung magkakasakit ang isang taong matagal nang Cristiano at may pananampalataya, maari siyang gumaling kung bubuksan niya ang puso niya, taos-pusong magsisisi, at maalab na mananalangin. Kung magkakasakit ang isang taong may maliit o walang pananampalataya, hindi siya gagaling hangga't hindi siya mananampalataya at gagaling siya ng ayon sa sukat ng paglago ng pananampalataya niya.

Gagaling ang mga taong may kapansanan, may diperensya

sa katawan, at may minanang sakit sa pamamagitan ng mga himala ng Diyos. Kailangan nilang magpakita ng dedikasyon sa Diyos at pananampalataya na nagpapakita ng pagmamahal at makakalugod sa Kanya. Dito lang kikilalanin ng Diyos ang pananampalataya nila at magpapagaling. Kapag ipapakita ng mga tao ang masugid na pananampalataya nila sa Diyos – tulad ng maalab na pagtawag ni Bartimeo kay Jesus (Marcos 10:46-52), tulad ng ipinakitang malaking pananampalataya ng senturion kay Jesus (Mateo 8:5-13), at tulad ng lalaking lumpo at ng apat niyang mga kaibigan na nagpakita ng pananampalataya at dedikasyon (Marcos 2:3-12) – papagalingin sila ng Diyos.

At dahil hindi gagaling ang mga taong sinapian ng demonyo nang walang pagkilos ng Diyos at dahil hindi nila kayang ipakita ang pananampalataya nila, para magkaroon ng paggaling na mula sa langit, kailangang magtiwala ang mga miyembro ng pamilya nila sa makapangyarihang Diyos at lumapit sila sa Kanya.

2) Dapat magkaroon ng pananampalataya ang mga tao para maniwala sila.

Pinagsabihan muna ni Jesus ang ama ng batang lalaking matagal nang sinasapian ng demonyo dahil sa maliit niyang pananampalataya. Nang tiyakin sa kanya ni Jesus, *"Ang lahat ng bagay ay maaaring mangyari sa kanya na nananampalataya,"* (Marcos 9:23) sinabi ng ama, *"Nananampalataya ako."* Gayon pa man, ang paniniwala niya ay nasa isip lang niya. Kaya nagmakaawa siya kay Jesus, *"Tulungan Mo ang kawalan ko ng pananampalataya!"* (Marcos 9:24). Nang marinig ni Jesus ang pagsusumamo ng ama, na batid ni Jesus na mayroong tapat na puso, maalab na pananalangin, at pananampalataya, ibinigay Niya sa kanya ang pananampalatayang kinakailangan para maniwala siya.

Sa ganito ring paraan, matatanggap natin ang pananampalatayang kinakailangan para maniwala tayo kung magsusumamo tayo kay Jesus. At sa ganitong pananampalataya magiging karapat-dapat tayong tumanggap ng mga sagot sa mga problema natin, at ang "imposible" ay magiging "posible."

Sa oras na magkaroon ng pananampalatayang kinakailangan para maniwala ang ama, nang iutos ni Jesus, *"Ikaw na pipi at binging espiritu, iniuutos Ko sa iyo, lumabas ka sa kanya at huwag ka nang papasok muli sa kanya,"* ang masamang espiritu ay nagsisigaw at iniwan ang anak (Marcos 9:25-27). Nang magmakaawa ang ama para sa pananampalatayang kinakailangan para maniwala at hangarin ang tulong ng Diyos – kahit pinagsabihan siya ni Jesus – nagpakita si Jesus ng kagulat-gulat na pagpapagaling.

Sinagot ni Jesus at pinagaling Niya ng lubos ang anak na lalaking sinapian ng espiritu na umagaw ng kakayahan niyang magsalita at pinagdusa siya sa 'epilepsy' kaya madalas siyang natutumba, bumubula ang bibig, nangangalit ang mga ngipin, at naninigas ang katawan. At para sa mga naniniwala sa kapangyarihan ng Diyos na ang lahat ng bagay ay maaaring mangyari at namumuhay ayon sa Salita Niya, hindi ba Niya loobin na maging maayos ang lahat ng bagay at tutulungan silang magkaroon ng kalusugan?

Pagkatapos itatag ng Manmin, bumisita ang isang kabataang lalaki na taga-probinsya ng Gang-won dahil nabalitaan niya ang tungkol sa iglesya. Akala ng lalaking ito, tapat siyang naglilingkod sa Diyos bilang guro sa paaralang pang-Linggo at bilang miyembro ng choir. Gayon pa man, dahil napakayabang niya at hindi niya iwinaksi ang kasamaan sa puso niya at sa halip ay inipon ang kasalanan, nagdusa siya dahil pinasukan ng demonyo ang maruming puso niya at nanirahan doon. Gumaling siya dahil sa maalab na panalangin at dedikasyon ng ama niya. Pagkatapos kilalanin ang demonyo at palayasin ito sa pamamagitan ng pananampalataya, bumula ang bibig ng kabataang lalaki, bumaliktad, at naglabas ng napakabahong amoy. Pagkatapos ng pangyayaring ito, pinalakas niya ang sarili sa katotohanan dito sa Manmin. Ngayon, tapat siyang naglilingkod sa iglesya niya sa probinsya ng Gang-won at nagbibigay ng luwalhati sa Diyos dahil sa pagbabahagi niya ng patotoo ng paggaling niya sa hindi mabilang na mga tao.

Sana ay maunawaan ninyo na ang saklaw ng pagkilos ng Diyos ay walang hangganan at ang lahat ng bagay ay maaaring mangyari dahil dito. Kung hahangarin ninyo sa pamamagitan ng pananalangin, hindi lang kayo magiging pinagpalang anak ng Diyos kundi pinakamamahal na banal na may maayos na buhay sa lahat ng oras, sa pangalan ng ating Panginoon, idinadalangin ko!

Kabanata 7

Ang Pananampalataya at Pagsunod ni Naaman

Kayat dumating si Naaman na dala
ang kanyang mga kabayo at karwahe,
at huminto sa tapat ng pintuan ng bahay ni Eliseo.
Si Eliseo ay nagpadala ng sugo sa kanya, na sinasabi,
"Humayo ka at maligo sa Jordan ng pitong ulit.
Ang iyong laman ay manunumbalik
at ikaw ay magiging malinis."
Kayat lumusong siya at pitong ulit na lumubog sa Jordan,
ayon sa sinabi ng tao ng Diyos.
Ang kanyang laman ay nanumbalik na gaya
ng laman ng isang munting bata,
at siya'y naging malinis.

2 Mga Hari 5:9-10; 14

1. Si Heneral Naaman, ang Ketongin

Habang nabubuhay, humaharap tayo sa malalaki at maliliit na problema. Kung minsan nakakaranas tayo ng mga problema na sobra pa sa makakaya ng tao.

Sa isang bansang tinatawag na Aram sa hilaga ng Israel, mayroong isang pinunong kawal na ang pangalan ay Naaman. Pinamunuan niya ang mga kawal ng Aram para magtagumpay sa mga pinakakritikal na panahon ng bansa. Minamahal ni Naaman ang bansa niya at tapat siyang naglingkod sa hari niya. Kahit lubos na nalulugod kay Naaman ang hari, ang heneral ay nagdadalamhati dahil sa isang lihim na walang ibang nakakaalam.

Ano ang dahilan ng pagdadalamhati niya? Nagdurusa si Naaman hindi dahil kulang ang yaman o ang katanyagan niya. Naghihirap at walang kasiyahan sa buhay si Naaman dahil may ketong siya, isang sakit na hindi malunasan ng medisina noong panahon niya.

Noong panahon ni Naaman, ang mga taong may ketong ay itinuturing na marumi. Sapilitan silang pinapatira sa labas ng lungsod na nakabukod. Ang pagdurusa ni Naaman ay mahirap tiisin, dahil bukod sa masakit ito, mayroong iba pang mga problemang lumalabas na kasama ng kanyang karamdaman. Kasama sa sintomas ng ketong ang mga butlig na malalaki sa katawan, lalong-lalo na sa mukha, sa labas na bahagi ng mga braso at mga binti, sa pagitan ng mga daliri sa paa, at panghihina ng pandama. Sa mga malalang kaso natatanggal ang kilay, mga daliri sa kamay at sa paa, at ang kabuuang anyo ay magiging nakapanghihilakbot.

Isang araw, nakarinig ng magandang balita si Naaman. Ayon sa bihag na dalagitang taga-Israel na naglilingkod sa asawa niya, may isang propeta sa Samaria na makakapagpagaling ng ketong niya. Walang bagay na hindi niya gagawin para lang gumaling. Sinabi ni Naaman ang tungkol sa karamdaman niya sa hari at kung anong narinig niya sa katulong na dalagita. Nang marinig ng hari na gagaling ang ketong ng matapat niyang heneral kung pupunta siya sa propeta sa Samaria, agad niyang tinulungan si Naaman at sumulat pa sa hari ng Israel para sa kapakanan ni Naaman.

Pumunta si Naaman sa Israel na may dalang sampung talentong pilak, anim na libong pirasong ginto, at sampung magagarang bihisan. Dala din niya ang sulat ng hari, na nagsasabing, *"Kapag dumating sa iyo ang sulat na ito, alam mo na aking sinugo sa iyo si Naaman na aking lingkod upang iyong pagalingin siya mula sa kanyang ketong"* (t. 6). Noong panahong iyon, ang Aram ay ang mas malakas na bansa kaysa sa Israel. Nang mabasa ang sulat mula sa hari ng Aram, pinunit ng hari ng Israel ang suot niya at sinabing, *"Ako ba'y Diyos? Bakit ipinadala sa akin ang taong ito para pagalingin mula sa ketong? Tingnan mo kung paano siya naghahanap ng pag-aawayan namin!"* (t. 7)

Nang marinig ng propeta sa Israel na si Eliseo ang balitang ito, humarap siya sa hari at sinabi, *"Bakit mo pinunit ang iyong damit? Paparituhin mo siya sa akin at nang kanyang malaman na may isang propeta sa Israel"* (t. 8). Nang papuntahin ng hari ng Israel si Naaman sa bahay ni Eliseo, hindi siya hinarap ng propeta ngunit nagpahatid ng mensahe sa isang sugo, *"Humayo ka at maligo sa Jordan ng pitong ulit. Ang iyong laman ay manunumbalik at ikaw ay magiging malinis"* (t. 10).

Kahiya-hiya para kay Naaman na pumunta sa bahay ni Eliseo dala ang mga kabayo niya at karwahe at hindi man lang siya sinalubong o hinarap. Nagalit ang heneral. Akala niya, kung ang isang pinuno ng hukbo ng mas malakas na bansa kaysa sa Israel ang bumisita, malugod siyang tatanggapin ng propeta at ipapatong ang mga kamay niya sa kanya. Sa halip, malamig ang pagtanggap ng propeta at ipinasabi na maligo siya ng pitong beses sa isang ilog na maliit at marumi tulad ng Jordan.

Galit na galit, inisip ni Naaman na umuwi na lang, sinasabing, *"Akala ko'y tiyak na lalabasin niya ako, at tatayo, at tatawag sa pangalan ng PANGINOON niyang Diyos, at iwawasiwas ang kanyang kamay sa lugar at pagagalingin ang ketongin. Hindi ba ang Abana at ang Farpar, na mga ilog ng Damasco, ay higit na mabuti kaysa lahat ng tubig sa Israel? Hindi ba ako maaring maligo sa mga iyon, at maging malinis?"* (t. 11-12). Habang naghahanda siya sa biyahe papauwi, nakiusap kay Naaman ang mga katulong niya, *"Ama ko, kung iniutos sa iyo ng propeta na gumawa ng mahirap na bagay, hindi mo ba gagawin? Lalo na nga kung sabihin niya sa iyo, 'Maligo ka at maging malinis ka'?"* (t. 13). Hinimok nila ang amo na sumunod sa ipinapagawa ni Eliseo.

Ano ang nangyari nang lumublob si Naaman ng pitong beses

sa Ilog ng Jordan, tulad ng itinuro ni Eliseo? Naging malinis ang katawan niya tulad ng isang sanggol. Ang ketong na nagdulot ng lubos na paghihirap ay ganap na gumaling. Nang lubos na gumaling ang isang karamdamang hindi kayang pagalingin ng tao dahil sa pagsunod ni Naaman sa isang lingkod ng Diyos, nakilala ng heneral ang buhay na Diyos at si Eliseo, ang lingkod ng Diyos.

Pagkatapos maranasan ang kapangyarihan ng buhay na Diyos – ang Diyos na Nagpapagaling ng ketong – binalikan ni Naaman si Eliseo, at sinabing, *"'Ngayo'y nalalaman ko na walang Diyos sa buong daigdig maliban sa Israel; kayat tanggapin mo ang kaloob ng iyong lingkod.' Ngunit kanyang sinabi, 'Habang buhay ang PANGINOON, na aking pinaglilingkuran, hindi ako tatanggap ng anuman.' At ipinilit niya na ito'y kanyang kunin, ngunit siya'y tumanggi. At sinabi ni Naaman, 'Kung hindi, hayaan mong bigyan ang iyong lingkod ng lupang kasindami ng mapapasan ng dalawang mola; sapagkat buhat ngayon ang iyong lingkod ay hindi na maghahandog ng handog na susunugin o alay man sa ibang mga diyos, kundi sa PANGINOON,'"* at nagbigay ng luwalhati sa Diyos (2 Mga Hari 5:15-17).

2. Ang Pananampalataya at Kalooban ni Naaman

Pag-aralan natin ang pananampalataya at kalooban ni Naaman, na nakakilala sa Diyos na Nagpapagaling at gumaling mula sa karamdamang walang lunas.

1) Ang Mabuting Kalooban ni Naaman.

May mga taong agad tinatanggap at pinapaniwalaan ang mga salita ng iba habang ang iba naman ay mayroong pagdududa at walang tiwala sa ibang tao. Dahil may mabuting kalooban si Naaman hindi niya binalewala ang sinabi ng ibang tao sa halip maluwag niyang tinanggap ito. Pumunta siya sa Israel, sinunod ang itinuro ni Eliseo at gumaling dahil nakinig at naniwala siya sa sinabi ng dalagitang naglilingkod sa asawa niya. Nang sabihin ng dalagitang bihag mula sa Israel, *"Sana'y naroon ang aking panginoon na kasama ng propeta na nasa Samaria! Kanyang pagagalingin siya sa kanyang ketong,"* (t. 5) pinaniwalaan siya ni Naaman. Kung ikaw kaya ang nasa posisyon ni Naaman, ano kaya ang gagawin mo? Tatanggapin mo ba ng buong-buo ang sinasabi niya?

Sa kabila ng pag-unlad ng mga modernong medisina ngayon, maraming karamdaman pa rin ang hindi mapagaling at balewala ang mga medisina. Kung ikukuwento mo sa iba na pinagaling ka ng Diyos mula sa malubhang karamdaman o gumaling ka dahil ipinanalangin ka, ilan kayang tao sa tingin mo ang maniniwala sa iyo? Naniwala si Naaman sa sinabi ng dalagita, nagpunta sa hari para humingi ng pahintulot, nagpunta sa Israel, at gumaling mula sa ketong. Sa madaling salita, dahil sa mabuting kalooban ni Naaman, tinanggap niya ang sinabi ng dalagita nang ibahagi nito sa kanya ang ebanghelyo at kumilos. Dapat din nating malaman na kapag naibahagi sa atin ang ebanghelyo, tatanggapin lang natin ang mga sagot sa mga problema natin kapag tayo ay maniniwala sa ipinahayag sa atin at lalapit sa Diyos tulad ni Naaman.

2) Binuwag ni Naaman ang mga Saloobin Niya.

Nang pumunta si Naaman sa Israel sa tulong ng hari ng Aram na personal na nagpapunta sa kanya doon, malamig ang pagtanggap sa kanya ni Eliseo, ang propetang magpapagaling ng ketong niya. Isa siyang tapat na kawal ng hari at sa tingin niya si Eliseo ay hindi kilala at walang sinabi sa lipunan. Galit na galit ang hindi mananampalatayang si Naaman nang hindi siya sinalubong ni Eliseo at hindi ipinatong ang kamay sa kanya. At sinabi kay Naaman – sa pamamagitan ng isang sugo – na maari siyang gumaling kung maliligo siya sa maliit at maruming Ilog ng Jordan ng pitong beses.

Nagalit si Naaman kay Eliseo at sa ginawa nito, hindi niya ito maunawaan. Naghanda siya para umuwi na sa tahanan niya. Inisip niya na mayroong mas maraming malalaki at malilinis na ilog sa bayan niya at magiging malinis siya kung maliligo siya sa kahit alin man sa mga ito. Samantala, nakiusap ang mga katulong niya na sundin ang ipinapagawa ni Eliseo na maglublob sa Ilog Jordan.

Dahil may mabuting kalooban si Naaman, hindi niya sinunod ang sariling saloobin niya sa halip ay nagdesisyon na sundin ang sinabi ni Eliseo, at nagtungo sa Ilog ng Jordan. Ilan kaya sa mga taong may mataas na posisyon sa lipunan tulad ni Naaman, ang magsisisi at susunod sa sasabihin ng mga katulong nila o sa iba na nasa mas mababang posisyon kaysa sa kanila?

Makikita natin sa Isaias 55:8-9, *"'Sapagkat ang Aking pag-iisip ay hindi ninyo pag-iisip,ni ang inyong mga pamamaraan ay Aking mga pamamaraan', sabi ng PANGINOON. 'Sapagkat kung paanong ang langit ay higit na mataas kaysa lupa, gayon ang Aking mga pamamaraan ay higit na mataas kaysa inyong pamamaraan, at ang Aking pag-iisip kaysa inyong mga pag-iisip,'"* kung panghahawakan natin ang ideya at mga teorya ng tao, hindi tayo makakasunod sa salita ng Diyos. Alalahanin natin ang pagbagsak ni Haring Saul na sumuway sa Diyos. Kapag susundin natin ang paraan ng tao at hindi susunod sa kalooban ng Diyos, ito ay pagsuway, at kung hindi natin pagsisisihan ang pagsuway natin, tandaan natin na tatalikuran at itatanggi tayo ng Diyos tulad ng ginawa Niya kay Haring Saul.

Mababasa natin sa 1 Samuel 15:22-23, *"At sinabi ni Samuel, 'Ang PANGINOON kaya ay may malaking kasiyahan sa mga handog na sinusunog at sa mga alay, gaya ng pagsunod sa tinig ng PANGINOON? Tiyak, ang pagsunod ay mas mabuti kaysa alay, at ang pakikinig kaysa taba ng mga tupang lalaki. Sapagkat ang paghihimagsik ay gaya ng kasalanan ng pangkukulam, at ang katigasan ng ulo ay gaya ng katampalasanan at pagsamba sa mga diyus-diyosan. Sapagkat itinakuwil mo ang salita ng PANGINOON, itinakuwil ka rin Niya sa pagiging hari.'"* Nag-isip si Naaman ng dalawang beses at nagpasya na buwagin ang sariling saloobin at sundin ang ipinapagawa ni Eliseo, na lingkod ng Diyos.

Tandaan natin na sa ganito ring paraan, kung iwawaksi natin

ang puso nating suwail at papalitan ito ng pusong masunurin sa kalooban ng Diyos, makakamit natin ang mga hinahangad ng puso natin.

3) Sinunod ni Naaman ang Sinabi ng Propeta.

Bilang pagsunod sa iniutos ni Eliseo, nagpunta si Naaman sa Ilog ng Jordan at naligo. Maraming ibang mga ilog na mas malaki at mas malinis kaysa sa Jordan, ngunit ang utos ni Eliseo na magtungo sa Jordan ay may espirituwal na kahulugan. Ang Ilog ng Jordan ay simbolo ng kaligtasan, habang ang tubig ay simbolo ng Salita ng Diyos na lumilinis sa kasalanan ng tao na nagiging daan upang maabot nila ang kaligtasan (Juan 4:14). Ito ang dahilan kung bakit gusto ni Eliseo na maligo sa Ilog ng Jordan si Naaman na magdadala sa kanya sa kaligtasan. Kahit gaano kalaki at kalinis ng ibang ilog, hindi ito magdadala ng kaligtasan sa tao, at ang mga ito ay walang kinalaman sa Diyos. Kaya, sa ibang mga ilog hindi maihahayag ang pagkilos ng Diyos.

Sinabi ni Jesus sa Juan 3:5, *"Katotohanang sinasabi ko sa iyo, malibang ang isang tao'y ipanganak ng tubig at ng Espiritu, hind siya makakapasok sa kaharian ng Diyos,"* nang maligo siya sa Ilog ng Jordan, ang daan para kay Naaman ay nabuksan upang tumanggap ng kapatawaran sa mga kasalanan niya, tumanggap ng kaligtasan, at makilala ang buhay na Diyos.

Bakit kaya pitong beses pinaglublob si Naaman? Ang bilang na "7" ay kumpletong bilang na simbolo ng kalubusan o kawastuhan. Sa pamamagitan ng utos kay Naaman na lumublob ng pitong beses, sinasabihan ni Eliseo ang heneral na tumanggap ng kapatawaran sa kanyang mga kasalanan at tuluyang manahan sa Salita ng Diyos. Dito lang ipapakita ng Diyos ang kapangyarihan Niyang gumawa ng kahit na anong bagay at ihahayag ang pagpapagaling kahit ng mga sakit na walang lunas.

Sa gayon, nalaman natin na gumaling ang ketong ni Naaman, na hindi kayang pagalingin ng medisina o ng kapangyarihan ng tao dahil sumunod siya sa sinabi ng propeta. Sa Biblia, sinasabi sa atin nang maliwanag, *"Sapagkat ang Salita ng Diyos ay buhay, mabisa, at higit na matalas kaysa alin mang tabak na may dalawang talim, at tumatagos hanggang sa pinaghihiwalayan ng kaluluwa at espiritu, ng mga kasukasuan at ng utak sa buto, at may kakayahang kumilala ng mga pag-iisip at mga hangarin ng puso. At walang nilalang na nakukubli sa harapan Niya, kundi ang lahat ng mga bagay ay hubad at hayag sa mga mata Niya na ating pagsusulitan"* (Sa Mga Hebreo 4:12-13).

Lumapit si Naaman sa Diyos na walang imposible, binuwag ang sariling saloobin, nagsisi, at sumunod sa kalooban Niya. Habang lumulublob si Naaman ng pitong beses sa Ilog ng Jordan, nakita ng Diyos ang pananampalataya niya, pinagaling ang ketong niya, at bumalik ang balat niya sa dati at naging malinis tulad ng isang sanggol.

Sa pagpapakita sa atin ng isang malinaw na ebidensya na nagpapatunay na posibleng gumaling ang ketong sa pamamagitan ng kapangyarihan Niya, sinasabi sa atin ng Diyos na gagaling ang kahit na anong malubhang karamdaman kung tayo ay magbibigay lugod sa Kanya sa pamamagitan ng pananampalataya nating may kasamang mga gawa.

3. Niluwalhati ni Naaman ang Diyos

Nang gumaling na ang ketong ni Naaman, bumalik siya kay Eliseo at sinabi, *"Ngayo'y nalalaman ko na walang Diyos sa buong daigdig maliban sa Israel;"* (2 Mga Hari 5:15) ... ang *"iyong lingkod ay hindi na maghahandog ng handog na susunugin o alay man sa ibang mga diyos, kundi sa PANGINOON,"* (t. 17) at niluwalhati niya ang Diyos.

Sa aklat ni Lucas 17:11-19 may isang tagpo na nakilala si Jesus ng sampung taong may ketong at gumaling. Subalit, isa lang sa kanila ang bumalik kay Jesus, nagpuri sa Diyos nang may malakas na tinig, at nagpatirapa sa paanan ni Jesus at nagpasalamat sa Kanya. Sa mga talatang 17-18, tinanong ni Jesus ang lalaki, *"Hindi ba sampu ang nalinis? Nasaan ang siyam? Wala bang natagpuang bumalik at nagbigay papuri sa Diyos, maliban sa dayuhang ito?"* Sa sumunod na talata 19, sinabi Niya sa lalaki, *"Tumindig ka at humayo. Pinagaling ka ng iyong pananampalataya."* Kung tayo ay gagaling sa pamamagitan ng kapangyarihan ng Diyos, dapat natin Siyang luwalhatiin, tanggapin si Jesu-Cristo, at abutin ang kaligtasan. Dapat din tayong mabuhay ayon sa Salita ng Diyos.

Si Naaman ay may pananampalataya at kalooban na nakapagpagaling sa ketong niya, isang karamdamang walang lunas noong panahon niya. May mabuti siyang kalooban kaya naniwala siya sa sinabi ng dalagitang lingkod na bihag nila. Siya ay may pananampalataya kaya pinaghandaan pa niya ng mga mamahaling handog ang pagbisita sa isang propeta. Sumunod siya kahit ang saloobin niya ay hindi sumasang-ayon sa iniutos ng Propetang si Eliseo.

Si Naaman, na isang Hentil, na minsang dumanas ng karamdamang walang lunas subalit dahil sa karamdamang ito nakilala niya ang buhay na Diyos at naranasan ang kamangha-manghang paggaling. Ang sinumang lalapit sa dakilang Diyos at magpapakita ng pananampalataya niya at ng kaloobang masunurin ay makakatanggap ng mga kasagutan sa lahat ng problema niya kahit gaano pa ito kahirap.

Sana ay magkaroon kayo ng tunay na pananampalataya, at ipakita ang pananampalatayang ito sa pagsunod, tumanggap sana kayo ng mga kasagutan sa lahat ng mga problema ninyo sa buhay, at maging pagpapala kayo at buhay na patotoo na nagbibigay ng kaluwalhatian sa Diyos, sa pangalan ng ating Panginoon, idinadalangin ko!

Ang May-Akda:
Dr. Jaerock Lee

Si Dr. Jaerock Lee ay ipinanganak sa Muan, Jeonnam Province, Republika ng Korea, noong 1943. Sa kanyang taong mga dalawampu, si Dr. Lee ay nagdusa mula sa iba't ibang sakit na walang kalunasan sa loob ng pitong taon at naghihintay ng kamatayan na walang pag-asang gagaling pa. Isang araw noong pabahon ng tag-sibol 1974, manapa, siya ay sinamahan sa isang simbahan ng kanyang kapatid na babae at nang siya ay lumuhod na upang manalangin, ang Buhay na Diyos ay kagyat na pinagaling siya sa lahat ng kanyang mga sakit.

Mula ng sandaling makatagpo ni Dr. Lee ang buhay na Diyos sa pamamagitan ng napaka-gandang karanasan, minahal niya ang Diyos ng buong puso at sinseridad, at noong 1978 siya ay tinawag na maging lingkod ng Diyos. Siya ay mataimtim na nanalangin ng sa gayon kanyang maliwanag na maunawaan ang kalooban ng Diyos, buong-buo na itinaguyod ito at sinunod ang lahat ang mga Salita ng Diyos. Noong 1982, pinasimulan niya ang Manmin Central Church sa Seoul, Korea, at ang napakaraming mga gawa ng Diyos, kasama na ang mga mahimalang pagpapa-galing at mga himala, ay nangyari sa kanyang simbahan.

Noong 1986, si Dr. Lee ay na-ordinahan bilang pastor sa taunang pagtitipon ng Assembly of Jesus' Sungkyul Church sa Korea, at apat na taon ang lumipas noong 1990, ang kanyang mga mensahe ay nagsimulang maisahimpapawid sa Australia, Russia, sa Pilipinas, at sa marami pa sa pamamagitan ng Far East Broadcasting Company, ang Asia Broadcast Station, at sa Washington Christian Radio System.

Tatlong taon pa ang lumipas noong 1993, ang Manmin Central Church ay piniling isa sa mga 50 Nangungunang Simbahan sa Mundo, mula sa *Christian World* magazine (US) at tinanggap niya ang Parangal bilang Doctor of Divinity mula sa Christian Faith College, Florida, USA at noong 1996 isang Ph.D. sa Ministeryo mula sa Kingsway Theological Seminary, Iowa, USA.

Mula 1993, si Dr. Lee ang siyang nanguna sa pandaigdigang pagmimisyon sa pamamagitan ng mga krusada sa ibayong dagat sa; Tanzania, Argentina, L.A., Baltimore City, Hawaii, at New York ng Estados Unidos, Uganda, Japan, Pakistan, Kenya, ang Pilipinas, Honduras, India, Russia, Germany, Peru, Democratic Republic of Congo, at Israel. Noong 2002 siya ay tinawag na "pandaigdigang pastor" ng mga pangunahing Pahayagang Krisitiyano sa Korea para sa kanyang mga gawa sa iba't ibang bansa Malakihang Nagkakaisang Krusada.

Nitong Abril 2017, ang Manmin Central Church ay may bilang ng kaanib na 120,000 miyembro. Mayroong mga 11,000 sangay sa sariling Bansa at sa ibayong Dagat sa iba't ibang panig ng mundo, at sa kasalukuyan mayroong mahigit 102 misyonero ay naipadala na sa 23 mga bansa, kabilang na ang Estados Unidos, Russia, Germany, Canada, Japan, China, France, India, Kenya at sa marami pa.

Sa petsa ng paglalathala ng Taga-paglimbag nito, si Dr. Lee ay nakasulat na ng 107 na mga aklat, kabilang na ang pinakamabiling aklat ang Malasahan ang *Walang Hanggang Buhay bago ang Kamatayan, Buhay Ko, Pananalig Ko I & II, Ang Mensahe ng Krus, Ang Sukat ng Pananampalataya, Langit I & II, Impiyerno* at *Ang Kapangyarihan ng Diyos*. Ang kanyang mga aklat ay isinalin na sa mahigit na 76 na wika.

Ang kanyang Kristiyanong lathala ay nakikita sa *Ang Hankook Iibo, Ang JoongAng Daily, Ang Dong-A Iibo, Ang Chosun Ilbo, Ang Seoul Shinmun, Ang Kyunghyang Shinmun, Ang Korean Economic Daily, Ang Korea Herald, Ang Shisa News*, at *Ang Christian Press.*

Si Dr. Lee ang kasalukuyang pinuno ng maraming samahang pangmisyonero at mga asosasyon; kasama na ang pagiging Chairman, The United Holiness Church of Jesus Christ, Chairman, Global Christian Network (GCN); Tagapag-tatag at Punong kinatawan, World Christian Doctors Network (WCDN); at Tagapag-tatag & punong kinatawan, Manmin International Seminary (MIS).

Iba pang makapangyarihang mga aklat ni Dr. Lee:

Langit I & II

Detalyadong paglalarawan ng napakaringal na tahanan na matatamasa ng mga tao sa langit at ang napakagandang mga antas ng kaharian ng langit.

Ang Mensahe ng Krus

Makapangyarihang mensahe para sa lahat ng taong espirituwal na natutulog! Sa aklat na ito makikita ang dahilan kung bakit si Jesus ang tanging Tagapagligtas at ang tunay na pag-ibig ng Diyos.

Impierno

Isang madamdaming mensahe sa lahat ng nilalang mula sa Diyos, na may kahilingang wala sanang mapahamak na kaluluwa patungo sa kalaliman ng Impierno! Iyong madidiskubre ang hindi pa naihahayag na nakaraan na talaan ng nakapangingilabot na katotohanan ng Mababang Libingan at Impierno.

Espiritu, Kaluluwa, at Katawan I & II

Ang librong ito ay magpapakita ng pinaiksing paraan para makibahagi ang magbabasa sa kabanalan ng Diyos at tanggapin ang lahat ng biyaya na ipinangako Niya.

Ang Sukat ng Pananampalataya

Anong uri ng tahanan, korona at mga gantimpala ang nakalaan sa iyo sa langit? Ang aklat na ito ay nagbibigay ng karunungan at gabay sa iyo para sukatin ang iyong pananalig at pagyamanin ang pinakamabuti at pinakaganap na pananalig.

Gumising Israel

Bakit nananatiling nakatuon ang Paningin ng Diyos sa Israel mula pa nang simula ng mundo hanggang sa araw na ito? Anong uring Probidensya mayroon Siya na inihanda para sa Israel sa huling araw, na naghihintay sa Mesias?

Buhay Ko, Pananalig Ko I & II

Napakabangong espirituwal na samyo na kinatas sa buhay na umusbong sa walang kaparis na pagmamahal para sa Diyos, sa gitna ng madidilim na alon, malamig na pamatok at ang pinakamalalim na desperasyon.

Ang Kapangyarihan ng Diyos

Ang higit na binabasa na nagsisilbing gabay na kung saan ang isa ay makapang-hahawak ng tunay na pananampalataya at maranasan ang kahanga-hangang kapangyarihan ng Diyos.

www.urimbooks.com

www.ingramcontent.com/pod-product-compliance
Lightning Source LLC
LaVergne TN
LVHW041852070526
838199LV00045BB/1555